മനസ്സ് എന്ന ദൈവം

Manasu Enna Daivam

Study

Dr. M S Nair

CHINTHA PUBLISHERS
Thiruvananthapuram

First Chintha Edition
June 2022

Typesetting
Star Communications, Thiruvananthapuram

Published
Chintha Publishers, Thiruvananthapuram

Cover Design
Subin Abraham

ISBN : 978-93-93468-36-9

CO - 3112 / 6001

Email: chinthapublishers@gmail.com
Website: www.chinthapublishers.com

A version is available at National Libraries
Kolkata, Mumbai, Chennai and Delhi

Distribution
DESHABHIMANI BOOKHOUSE
H O Thiruvananthapuram 695035

Branch
Head Office Kunnukuzhi • Statue Thiruvananthapuram
KSRTC Bus Terminal Thampanoor • Saphalyam Complex Thiruvananthapuram
KSRTC Bus Station Alappuzha • KSRTC Bus Station Ernakulam
Machingal Lane Thrissur • IG Road Kozhikode
Mavoor Road Kozhikode • NGO Union Building Kannur
Central Bus Terminal Complex Thavakkara Kannur

മനസ്സ് എന്ന ദൈവം

ബ്രഹ്മാനന്ദസ്വാമി ശിവയോഗിയുടെ സാമൂഹിക തത്ത്വചിന്ത

ഡോ. എം എസ് നായർ

ചിന്ത പബ്ലിഷേഴ്സ്
തിരുവനന്തപുരം–695 035

ഡോ. എം എസ് നായർ

ജനനം: 1948 മെയ് 12. കാസർഗോഡ് ജില്ലയിലെ കുട്ടമത്ത്. അച്ഛൻ: കുട്ടമത്ത് കുന്നിയൂർ പുതിയ വീട്ടിൽ നാരായണ ക്കുറുപ്പ്. അമ്മ: മാമ്പറ്റ പത്മിനി അമ്മ.

ബെർഹാംപൂർ സർവ്വകലാശാലയിൽനിന്നും തത്ത്വചിന്ത യിലും രാഷ്ട്രമീമാംസയിലും ബിരുദം. തിരുപ്പതി ശ്രീ വെങ്കടേശ്വര സർവ്വകലാശാലയിൽനിന്ന് തത്ത്വചിന്തയിൽ ബിരുദാനന്തര ബിരുദം. കോഴിക്കോട് സർവ്വകലാശാലയിൽ നിന്ന് 'ബർട്രന്റ് റസ്സലിന്റെ സാമൂഹിക ദർശനം' എന്ന പ്രബന്ധത്തിന് പി എച്ച് ഡി. ഇന്ത്യൻ ഫിലോസഫിക്കൽ കോൺഗ്രസ്, സൗത്ത് ഇന്ത്യൻ ഹിസ്റ്ററി കോൺഗ്രസ് എന്നിവയിൽ സ്ഥിരാംഗം. ഇൻസ്റ്റിറ്റ്യൂട്ട് ഫോർ റിചൽ ആന്റ് ട്രഡീഷണൽ ആർട്സ് ഓഫ് ഇന്ത്യ (കലാനികേതനം) യുടെ സെക്രട്ടറി. മലബാർ ഇൻസ്റ്റിറ്റ്യൂട്ട് ഫോർ റിസർച്ച് ആന്റ് ഡെവലപ്മെന്റിന്റെ കൊടക്കാട് പ്രാദേശിക കേന്ദ്രം ഡയറക്ടർ. കുട്ടമത്ത് കുന്നിയൂർ ഹെറിറ്റേജ് സെന്ററിന്റെ വൈസ് ചെയർമാൻ.

തത്ത്വചിന്ത, സാമൂഹിക ചരിത്രം, നാടോടി വിജ്ഞാനീയം എന്നീ മേഖലകളിൽ നിരവധി ഗവേഷണ പ്രബന്ധങ്ങളുടെ കർത്താവ്. *ഇബ്നു സീന, വാഗ്ഭടാനന്ദനും സാമൂഹിക നവോത്ഥാനവും, മാടായിക്കാവ് ഒരു പഠനം, ഫോക്‌ലോർ പ്രബന്ധങ്ങൾ* എന്നിവയാണ് പ്രധാന കൃതികൾ. ശ്രീധരൻ മാമ്പറ്റ എന്ന പേരിലും എഴുതാറുണ്ട്.

ഭാര്യ : കല്യാണിക്കുട്ടി വി എൻ
മകൻ : സുനിൽ എസ്
വിലാസം : ശ്രീവത്സം
കൊടക്കാട്
കാസർഗോഡ് 671 310

ഉള്ളടക്കം

മനസ്സ് എന്ന ദൈവം	9
ഇ എം എസ് നമ്പൂതിരിപ്പാട്	
അവതാരിക	13
(ആദ്യപതിപ്പിന് എഴുതിയത്)	
ഉപോദ്ഘാതം	17
ജീവിതവും കൃതികളും	21
പശ്ചാത്തലം	28
ആനന്ദാദർശം	34
വിഗ്രഹാരാധനയ്ക്കെതിരെ	39
സാക്ഷാൽക്കാരം	43
മനസ്സും ആത്മാവും	50
സ്ത്രീ വിദ്യാഭ്യാസം	54
ഉപസംഹാരം	59
അനുബന്ധം	
സ്മരണാഞ്ജലി	66
ശുദ്ധമായ വാക്കിന്റെ സത്യമായ പ്രകാശം	68
ഗ്രന്ഥസൂചി	70

പ്രസാധകക്കുറിപ്പ്

മലബാറിൽ ജാതിവിരുദ്ധ പ്രസ്ഥാനത്തിന് നേതൃത്വം നല്കിയ ചരിത്രപുരുഷനാണ് ബ്രഹ്മാനന്ദ ശിവയോഗി. സാമൂഹികമായ അനാചാരങ്ങളോടും ബാഹ്യമായ മതപ്രകടനങ്ങളോടും ഫ്യൂഡൽ ബന്ധങ്ങളുടെ കർക്കശമായ സമീപനത്തോടും ആശയപരവും കർമ്മപരവുമായ പ്രതിഷേധത്തിന്റെ ചിന്തകളായിരുന്നു ബ്രഹ്മാനന്ദ ശിവയോഗിയുടേത്.

ആധുനിക കേരളത്തിന്റെ ശ്രദ്ധേയനായ ദാർശനികാചാര്യനായ ബ്രഹ്മാനന്ദ ശിവയോഗിയെപ്പറ്റി ഡോ. എം എസ് നായർ രചിച്ചതാണ് ഈ പഠനം. സ്വാമിജിയുടെ ആശയങ്ങൾ കേരളത്തിന്റെ ആദ്ധ്യാത്മിക–സാംസ്കാരിക ജീവിതരംഗങ്ങളിൽ ഇന്നും മായാതെ നിലനില്ക്കുന്നു. നവോത്ഥാനത്തിനു നേതൃത്വം നല്കിയ സ്വാമിയെക്കുറിച്ചുള്ള ഈ പഠനം ഇന്നത്തെ കേരളത്തിന്റെ സാമൂഹ്യ രാഷ്ട്രീയ പശ്ചാത്തലത്തിൽ അദ്ദേഹത്തെ വിലയിരുത്തുന്നതിനുള്ള ഒരു സംരംഭമെന്ന നിലയിൽ ഏറെ പ്രസക്തമാണ്. അദ്ദേഹത്തെപ്പറ്റി കൂടുതൽ അറിയുവാനും പഠിക്കുവാനും ഈ ഗ്രന്ഥം ഒരു പ്രചോദനമായിത്തീരും.

ചിന്ത പബ്ലിഷേഴ്സ്

മുഖക്കുറിപ്പ്

ആധുനിക കേരളത്തിന്റെ രൂപവല്ക്കരണത്തിലെ ശക്തിസ്രോതസ്സുകളിലൊന്നായിരുന്നു ബ്രഹ്മാനന്ദ സ്വാമി ശിവയോഗി. സാമൂഹിക-സാംസ്കാരിക നവോത്ഥാന മേഖലയിൽ കേരളം കണ്ട പ്രതിഭകളിൽ പ്രമുഖനായ ശിവയോഗി ഒരു 'ദാർശനിക പ്രസ്ഥാന'മായിരുന്നു.

ശിവയോഗിയുടെ ജീവിതത്തെക്കുറിച്ച് ഇതിനകം രണ്ടു പുസ്തകങ്ങൾ പ്രസിദ്ധീകൃതമായിട്ടുണ്ട്. 1) എ കെ നായരുടെ *ബ്രഹ്മാനന്ദ സ്വാമി ശിവയോഗി,* 2) കെ ഭീമൻനായരുടെ *അസത്യത്തിൽനിന്ന് സത്യത്തിലേക്ക്.* ശിവയോഗിയുടെ തത്ത്വചിന്തയെക്കുറിച്ച് ഇതുവരെ പഠനം നടന്നിട്ടില്ല. ആ വഴിക്ക് ഒരു തുടക്കംകുറിക്കുകയാണിവിടെ. അദ്ദേഹത്തിന്റെ ദർശനത്തിലെ സാമൂഹിക തലത്തെക്കുറിച്ചൊരു അന്വേഷണമാണ് ഈ ഗ്രന്ഥം.

പതിനഞ്ചു വർഷങ്ങൾക്കപ്പുറം കോഴിക്കോട് സർവ്വകലാശാലയിൽ, തത്ത്വശാസ്ത്രവകുപ്പിൽ ഗവേഷണം ചെയ്യുന്ന കാലത്ത്, യാദൃച്ഛികമായി ബ്രഹ്മാനന്ദസ്വാമി ശിവയോഗിയുടെ *മോക്ഷപ്രദീപം* വായിക്കാനിടയായി. ആ മൗലികചിന്തയെക്കുറിച്ച് കൂടുതൽ അറിയുവാനുള്ള വ്യഗ്രതയിൽ ആലത്തൂർ സിദ്ധാശ്രമത്തിലേക്കെഴുതി. സിദ്ധാശ്രമം അദ്ധ്യക്ഷൻ ശ്രീ. നിർമ്മലാനന്ദയോഗി ശിവയോഗിയുടെ എല്ലാ പുസ്തകങ്ങളും അയച്ചുതന്നു. മാത്രമല്ല, ഈ പുസ്തകത്തിന്റെ കൈയെഴുത്തു പ്രതി വായിച്ച്, ശിവയോഗിയുടെ ജീവിതത്തെക്കുറിച്ചുള്ള വസ്തുതാപരമായ തിരുത്തലുകൾ ചെയ്തുതന്നതും ശ്രീ. നിർമ്മലാനന്ദയോഗിയാണ്. അദ്ദേഹത്തിന്റെ നിർദ്ദേശങ്ങൾ ഈ ഗ്രന്ഥത്തെ സമ്പന്നമാക്കിയിട്ടുണ്ട്. ശ്രീ. നിർമ്മലാനന്ദയോഗിയുടെ സഹകരണമില്ലെങ്കിൽ ഈ പുസ്തകം ഒരുപക്ഷേ, വെളിച്ചം കാണുമായിരുന്നില്ല. അകംനിറഞ്ഞ നന്ദി.

കോഴിക്കോട് സർവ്വകലാശാല ചരിത്രവകുപ്പ് മേധാവി ഡോ. കെ കെ എൻ കുറുപ്പിന്റെ നിരന്തരമായ പ്രോത്സാഹനമാണ് ഈ കൃതിയുടെ രചനയ്ക്കു പ്രചോദനം. ഈ പുസ്തകത്തിനു പ്രൗഢമായൊരു അവതാരിക എഴുതിത്തന്ന അദ്ദേഹത്തോടുള്ള കൃതജ്ഞത വാക്കുകളിൽ ഒതുക്കാവുന്നതല്ല.

എം എസ് നായർ

മനസ്സ് എന്ന ദൈവം

ഇ എം എസ് നമ്പൂതിരിപ്പാട്

ഈ പുസ്തകത്തിന്റെ ആദ്യപതിപ്പിനെക്കുറിച്ച്
ഇ എം എസ് ദേശാഭിമാനി വാരികയിലെഴുതിയ ലേഖനം

ബ്രഹ്മാനന്ദസ്വാമി ശിവയോഗിയുടെ സാമൂഹിക തത്ത്വചിന്ത എന്ന ഉപതലക്കെട്ടോടെ എം എസ് നായർ എഴുതിയ ഒരു ലഘുഗ്രന്ഥത്തിന്റെ തലക്കെട്ടാണ് മുകളിൽ കൊടുത്തത്. അതെഴുതാനുണ്ടായ സാഹചര്യം ഗ്രന്ഥകാരൻ ഇങ്ങനെ വിശദീകരിക്കുന്നു:

"കോഴിക്കോട് സർവ്വകലാശാലയിൽ തത്ത്വശാസ്ത്ര വകുപ്പിൽ ഗവേഷണം ചെയ്യുന്ന കാലത്ത് യാദൃച്ഛികമായി ബ്രഹ്മാനന്ദസ്വാമി ശിവയോഗിയുടെ *മോക്ഷപ്രദീപം* വായിക്കാനിടയായി. ആ മൗലികചിന്തയെക്കുറിച്ചു കൂടുതൽ അറിയാനുള്ള വ്യഗ്രതയിൽ ആലത്തൂർ സിദ്ധാശ്രമത്തിലേക്കെഴുതി. സിദ്ധാശ്രമം അദ്ധ്യക്ഷൻ ശ്രീ. നിർമ്മലാനന്ദയോഗി ശിവയോഗിയുടെ എല്ലാ പുസ്തകങ്ങളും അയച്ചുതന്നു. മാത്രമല്ല ഈ പുസ്തകത്തിന്റെ കൈയെഴുത്തു പ്രതി വായിച്ചു ശിവയോഗിയുടെ ജീവിതത്തെക്കുറിച്ചുള്ള വസ്തുതാപരമായ തിരുത്തലുകൾ ചെയ്തുതന്നതും ശ്രീ. നിർമ്മലാനന്ദയോഗിയാണ്."

തിരുവിതാംകൂറിൽ ശ്രീനാരായണഗുരുവും ചട്ടമ്പി സ്വാമികളുമെന്നപോലെ മലബാറിൽ ജാതിവിരുദ്ധ പ്രസ്ഥാനത്തിനു നേതൃത്വം നല്കിയ ഒരു ചരിത്ര പുരുഷനാണ് ബ്രഹ്മാനന്ദസ്വാമി ശിവയോഗി. അദ്ദേഹം സാമൂഹ്യപരിവർത്തനത്തിനു നല്കിയ സംഭാവനകളെ ഈ ഗ്രന്ഥത്തിന്റെ അവതാരികാകാരനായ ഡോ. കെ കെ എൻ കുറുപ്പ് ഇങ്ങനെ വിലയിരുത്തുന്നു:

"സാമൂഹികമായ അനാചാരങ്ങളോടും ബാഹ്യമായ മതപ്രകടനങ്ങളോടും ഫ്യൂഡൽ ബന്ധങ്ങളുടെ കർക്കശമായ സമീപനത്തോടും ആശയപരവും കർമ്മപരവുമായ പ്രതിഷേധത്തിന്റെ ചിന്തകളായിരുന്നു സ്വാമിയുടേത്. നൂറ്റാണ്ടുകളായി ഇന്ത്യൻ സമൂഹത്തെ ബാധിച്ച ജാതിചിന്ത

ഫ്യൂഡൽ വ്യവസ്ഥിതിയുടെ രൂപവും ആശയവുമായിരുന്നു. മതപരമായ അനാചാരങ്ങൾ ആ വ്യവസ്ഥിതിയുടെതന്നെ സൃഷ്ടികളായിരുന്നു. ബിംബാരാധനയെയും ക്ഷേത്രത്തിന്റെ ബാഹ്യമോടികളെയും അദ്ദേഹം വിമർശിച്ചു. മനുഷ്യനെന്ന ഒറ്റ ജാതിയല്ലാതെ അക്ഷരാർത്ഥത്തിൽ മറ്റു ജാതി വിഭജനം നിലനില്ക്കുകയില്ലെന്ന് അദ്ദേഹം ചൂണ്ടിക്കാട്ടി. ഒരുപക്ഷേ, വരേണ്യവർഗ്ഗത്തിന്റെ ആശയങ്ങളെയും തത്ത്വശാസ്ത്രത്തെയും ബുദ്ധിയുടെ നികഷോപലങ്ങളിൽ ഉരച്ചുനോക്കിക്കൊണ്ട് അവയുടെ മൂല്യച്യുതിയെ തന്റെ ചിന്തകളിൽ അദ്ദേഹം വ്യക്തമാക്കി. ഇത് ഫ്യൂഡൽ വർഗ്ഗത്തിന്റെ അടിസ്ഥാനപരമായ പ്രത്യയശാസ്ത്രത്തോടുള്ള വെല്ലുവിളിയായിരുന്നു. അമ്പലങ്ങളിലെ ദൈവത്തിന് പ്രസക്തിയില്ലെന്നും ജീവജാലങ്ങളുടെ മതം ആനന്ദം മാത്രമാണെന്നും അദ്ദേഹം സിദ്ധാന്തിച്ചു. പക്ഷേ, ആ ആനന്ദമാകട്ടെ ജീവശാസ്ത്രപരമായ ലോലവികാരങ്ങളുടെ പൂർത്തീകരണമല്ലെന്നും ദാർശനികമായ മണ്ഡലത്തിൽ വ്യക്തിസത്തയുടെ സ്വയം പ്രകാശമാണെന്നും അദ്ദേഹം കണ്ടെത്തി. ഇതദ്ദേഹത്തെ ആനന്ദവാദികളായ എപ്പിക്യൂറിയൻ ചിന്തകന്മാരിൽനിന്നും ചാർവാകന്മാരിൽനിന്നും വ്യത്യസ്തനാക്കുന്നു."

സ്വാമിജിക്ക് ജനങ്ങളുടെ ഇടയിലുണ്ടായിരുന്ന സ്വാധീനം ഗ്രന്ഥകാരൻ വിലയിരുത്തുന്നത് ഇങ്ങനെയാണ്: "ഇദ്ദേഹത്തിന് കേരളത്തിൽ പലയിടങ്ങളിലും അനുയായികളുണ്ടായെങ്കിലും വിഗ്രഹാരാധനാഖണ്ഡനത്തിന്റെ ആദർശശുദ്ധിയും ആത്മാർത്ഥതയുമുൾക്കൊള്ളാൻ സവർണ്ണരും അവർണ്ണരും പൂർണ്ണമായും തയ്യാറായില്ല. വർണ്ണാശ്രമധർമ്മത്തെയും ബ്രാഹ്മണ മേധാവിത്തത്തെയും തള്ളിപ്പറയുകവഴി സവർണ്ണ മേധാവിത്തത്തിന്റെ വെറുപ്പ് സമ്പാദിക്കേണ്ടിവന്നു. അതോടൊപ്പം ഈശ്വരപൂജയെയും മതത്തെയും നിഷേധിക്കുക വഴി യാഥാസ്ഥിതിക വർഗ്ഗത്തിന്റെ പിടിയിലമർന്ന സാധാരണക്കാരായ അവർണ്ണരും തൃപ്തരായില്ല.'

ഗ്രന്ഥകാരന്റെ ആ അഭിപ്രായം ഉദ്ധരിച്ചതിനുശേഷം അവതാരികാകാരൻ തുടരുന്നു: "എന്നാൽ, ശ്രദ്ധേയമായ മറ്റൊരു കാരണം സ്വാമിജി പ്രോത്സാഹിപ്പിച്ച സാമൂഹിക മാറ്റങ്ങളുടെ ആശയങ്ങൾ രാഷ്ട്രീയപാർട്ടികളും രാഷ്ട്രവും ഏറ്റെടുക്കുകയുണ്ടായെന്നതാണ്. എങ്കിലും ഈ മാറ്റങ്ങൾ ഇന്നും പൂർണ്ണമായിട്ടില്ല. കോഴിവെട്ടും തൂക്കവും കൊടുങ്ങല്ലൂർ ഭരണിയും ഇന്നും തുടരുന്നു. അതിനാൽ സ്വാമിജിയുടെ പ്രസക്തി ഇന്നും കാണാം."

സ്വാമിജിയുടെ ആശയങ്ങൾക്ക് മലബാർ പ്രദേശത്തെ രാഷ്ട്രീയ പ്രസ്ഥാനത്തിനുണ്ടായിരുന്ന സ്വാധീനം വ്യക്തിപരമായിതന്നെ ഞാൻ കണ്ടതാണ്. 1920 കളിൽ ദേശീയ സ്വാതന്ത്ര്യപ്രസ്ഥാനത്തിലേക്ക് ആകൃഷ്ടനായ ഞാൻ ദേശീയ പ്രസ്ഥാനത്തിന്റെ ഭാഗമായിത്തന്നെ ഭഗവതീ ക്ഷേത്രങ്ങളിലെ കോഴിവെട്ടുപോലുള്ള അനാചാരങ്ങൾക്കെതിരായി കോൺഗ്രസ് പ്രവർത്തകന്മാർ പിക്കറ്റിങ് നടത്തിയതിനെക്കുറിച്ച് മനസ്സി

ലാക്കുകയുണ്ടായി.

1930–32 കാലത്ത് നടന്ന നിയമലംഘന പ്രസ്ഥാനങ്ങളിൽ പങ്കെടുത്തവർ പൊതുവിൽ അന്ധവിശ്വാസങ്ങൾക്കും അനാചാരങ്ങൾക്കും എതിരെ പോരാടുന്നവർ കൂടിയായിരുന്നു. മറ്റു പ്രദേശങ്ങളിൽനിന്നു വന്നിരുന്ന കോൺഗ്രസ് നേതാക്കൾ ജയിലിൽവെച്ച് വൈകുന്നേരങ്ങളിൽ പ്രാർത്ഥന നടത്തിയിരുന്നപ്പോൾ മലബാറിൽനിന്ന് എത്തിയവർ അതിൽ പങ്കെടുക്കാതിരുന്നത് ഞാനോർക്കുന്നു.

1933 ൽ നിയമലംഘനം പിൻവലിച്ചതിൽ പിന്നീട് മലബാറിലെ കോൺഗ്രസ് പ്രവർത്തകരിൽ ഭൂരിപക്ഷം ഇടതുപക്ഷക്കാരായി മാറിയതും അവർ കോൺഗ്രസ് സോഷ്യലിസ്റ്റു (കമ്യൂണിസ്റ്റ്) പാർട്ടി രൂപീകരിച്ചതും ഇതിന്റെ പരിണാമമാണ്.

ശിവയോഗിയും ശ്രീനാരായണനും തമ്മിലുള്ള താരതമ്യപഠനത്തിലേക്ക് ഇത് നമ്മെ നയിക്കുന്നു. ജാതി–ജന്മി–നാടുവാഴിത്തത്തിനെതിരായ ബഹുജനകലാപത്തിന്റെ രണ്ടുരൂപങ്ങളാണ് ശ്രീനാരായണന്റെയും ശിവയോഗിയുടെയും ദാർശനികചിന്തകൾ.

"ഒരു ജാതി ഒരു മതം ഒരു ദൈവം മനുഷ്യന്" എന്നതിൽ തുടങ്ങി "മതമേതായാലും മനുഷ്യൻ നന്നായാൽ മതി" എന്ന സൂക്തത്തിലെത്തുകയാണ് ശ്രീനാരായണൻ ചെയ്തത്.

ശിവയോഗിയാകട്ടെ, മനുഷ്യാവകാശത്തിന്റെയും സ്വാതന്ത്ര്യത്തിന്റെയും പ്രശ്നങ്ങൾ പരിശോധിച്ച് 'ജാതിയും മതവും മനുഷ്യസൃഷ്ടിയാണെന്നും ബ്രാഹ്മണർ മറ്റുള്ളവരിൽനിന്നും ഉയർന്നവരല്ലെന്നും എല്ലാവരിലും തുടിക്കുന്നത് ഒരേ ശക്തിയാണെന്നും വാദിച്ചു'. 'അങ്ങനെ ഇടതുപക്ഷ ചായ്‌വുള്ള ദേശീയ പ്രസ്ഥാനത്തിനും അതിൽ നിന്നുയർന്നു വരുന്ന തൊഴിലാളി വർഗ്ഗ പ്രസ്ഥാനത്തിനും അടിത്തറ പാകിയ രണ്ടു മഹാന്മാരാണ് ശ്രീനാരായണനും ശിവയോഗിയും.

ഇവിടെ അവർ തമ്മിലുള്ള സാദൃശ്യം അവസാനിക്കുന്നു. വ്യത്യാസം തുടങ്ങുന്നു:

ബ്രിട്ടീഷ് ഭരണത്തിലിരുന്ന മലബാർ പ്രദേശത്താണ് ശിവയോഗി ജനിച്ചതും വളർന്നതും. അവിടെ ആധുനിക ജനാധിപത്യ പ്രസ്ഥാനം ജാതിമതാദിപരിഗണനകൾക്കതീതമായ ദേശീയസ്വാതന്ത്ര്യസമരമായാണ് രൂപപ്പെട്ടത്. അതിനകത്ത് അനാചാരങ്ങൾക്കും അന്ധവിശ്വാസങ്ങൾക്കുമെതിരായ വീക്ഷണത്തിന്റെ വിത്തിടുകയാണ് ശിവയോഗി ചെയ്തത്. അങ്ങനെ അനാചാരങ്ങൾക്കും അന്ധവിശ്വാസങ്ങൾക്കുമെതിരായ സമരം മലബാർ പ്രദേശത്തെ ദേശീയ പ്രസ്ഥാനത്തിന്റെ അഭേദ്യഭാഗമായിത്തീർന്നു.

ശ്രീനാരായണൻ ജനിക്കുകയും പ്രവർത്തിക്കുകയും ചെയ്ത തിരുവിതാംകൂറിലും അയൽനാട്ടുരാജ്യമായ കൊച്ചിയിലുമാകട്ടെ, നേരിട്ടുള്ള ബ്രിട്ടീഷ് ഭരണമില്ലായിരുന്നു. രാജാധിപത്യം, അതിന് താങ്ങും തണലുമായി നില്ക്കുന്ന ജാതിമേധാവിത്തം എന്നിവയായിരുന്നു ജനങ്ങളെ

നേരിട്ട് ബാധിച്ചിരുന്നത്. അതുകൊണ്ട് മലബാർ പ്രദേശത്തെന്നപോലെ ദേശീയ സ്വാതന്ത്ര്യത്തിനുവേണ്ടിയുള്ള രാഷ്ട്രീയപ്രസ്ഥാനം അവിടെ ഇല്ലായിരുന്നു.

നേരെമറിച്ച് സാമൂഹ്യവും സാംസ്കാരികവുമായ രംഗങ്ങളിൽ ജാതി മേധാവിത്തത്തിനെതിരായ പ്രസ്ഥാനവും സംഘടനകളും വളർന്നുവന്നു. ശ്രീനാരായണന്റെ ദർശനവും ഉപദേശങ്ങളുംതന്നെ മേൽജാതിമേധാവിത്തത്തിനെതിരെ കീഴ്ജാതികളുടേതായ പ്രസ്ഥാനത്തിന്റെ രൂപം പൂണ്ടു.

പക്ഷേ, മലബാറിലും തിരുവിതാംകൂർ, കൊച്ചി എന്നീ പ്രദേശങ്ങളിലും ഒരുപോലെ പൊതുദേശീയ പ്രസ്ഥാനത്തിനകത്ത് ബൂർഷ്വാ വർഗ്ഗതാല്പര്യങ്ങൾ കാത്തുസൂക്ഷിച്ചുപോരുന്ന വലതുപക്ഷവിഭാഗവും പാവപ്പെട്ടവരുടെ താല്പര്യങ്ങൾക്കുവേണ്ടി പോരാടുന്ന ഇടതുപക്ഷവിഭാഗവും തമ്മിൽ പോരാട്ടം നടന്നു. ഗാന്ധിഭക്തന്മാരിലെന്നപോലെ ശ്രീനാരായണഭക്തന്മാരിലും രാഷ്ട്രീയമായ വലതിടത് ചേരിതിരിവ് വന്നു. അതിൽ തന്നെ ഇടതുവിഭാഗം തൊഴിലാളികൾ, കൃഷിക്കാർ, കാർഷിക തൊഴിലാളികൾ മുതലായ അദ്ധ്വാനിക്കുന്ന ബഹുജനങ്ങളുടെ വർഗ്ഗസമരങ്ങൾക്ക് ഊക്കുകൂട്ടുകയും വർഗ്ഗസംഘടനകളെ ശക്തിപ്പെടുത്തുകയും ചെയ്തു.

മലബാർപ്രദേശത്തെ കോൺഗ്രസിനകത്തും തിരുവിതാംകൂർ, കൊച്ചി പ്രദേശങ്ങളിലെ ജാതിമതസംഘടനകൾക്കകത്തും ഇടതുപക്ഷത്തിന്റെ സ്വാധീനം പ്രകടമായി വന്നു. ഇതിന്റെ അലയടിച്ച് ശ്രീനാരായണഭക്തന്മാരിൽത്തന്നെ വലതിടതുസംഘട്ടനം രൂക്ഷമായി.

ശ്രീനാരായണൻ അന്തരിച്ചതിനുശഷമാണ് ഈ പ്രതിഭാസം വ്യക്തമായത്. അദ്ദേഹത്തിന്റെ അനുയായികളിലൊരുവിഭാഗം വലതുപക്ഷചിന്താഗതിയോടെ എസ് എൻ ഡി പിയെ ഒരു രാഷ്ട്രീയപ്രസ്ഥാനമാക്കി വളർത്താൻ ശ്രമിച്ചപ്പോൾ അവരിൽത്തന്നെ ഭൂരിപക്ഷം ട്രേഡ് യൂണിയൻ പ്രസ്ഥാനത്തിലും കർഷക-കർഷകത്തൊഴിലാളി പ്രസ്ഥാനങ്ങളിലും മറ്റു ബഹുജനപ്രസ്ഥാനങ്ങളിലും ഇടതുപക്ഷ പാർട്ടികളിലും ഉറച്ചുനിന്നു.

മലബാർ പ്രദേശത്താകട്ടെ ശിവയോഗിയുടെ ശിഷ്യന്മാരിൽ ഭൂരിപക്ഷം ഇടതുപക്ഷക്കാരോ അവരോടനുഭാവമുള്ള ഗാന്ധിപക്ഷക്കാരോ ആയി മാറി. ശ്രീനാരായണന്റെയും ചട്ടമ്പിസ്വാമികളുടെയും ബ്രഹ്മാനന്ദ സ്വാമി ശിവയോഗിയുടെയും ശിഷ്യന്മാരും അനുയായികളുമാണ് ഇന്ന് കേരളത്തിലെ വർഗ്ഗ ബഹുജനപ്രസ്ഥാനങ്ങളിലും ഇടതുപക്ഷ പാർട്ടികളിലും നിലയുറപ്പിച്ചിട്ടുള്ളതെന്നു കാണാം.

[ഒന്നാം പതിപ്പിനെക്കുറിച്ച് എഴുതിയത്, *ദേശാഭിമാനി* വാരിക, 1994 ഫെബ്രുവരി 27 മാർച്ച് 5.]

അവതാരിക

(ആദ്യപതിപ്പിന് എഴുതിയത്)

ആധുനിക കേരളത്തിന്റെ ഏറ്റവും ശ്രദ്ധേയനായ ദാർശനികാചാര്യനായ സ്വാമി ബ്രഹ്മാനന്ദ ശിവയോഗിയെപ്പറ്റി ശ്രീ. എം എസ് നായർ രചിച്ച ഈ പഠനത്തിന് ഒരവതാരികയുടെ ആവശ്യമുണ്ടെന്ന് തോന്നുന്നില്ല. "കാവ്യം സുഗേയം, കഥ രാഘവീയം' എന്നു പാടിയതുപോലെ സ്വാമിജിയുടെ വ്യക്തിമുദ്ര കേരളത്തിന്റെ ആദ്ധ്യാത്മിക-സാംസ്കാരിക ജീവിതരംഗങ്ങളിൽ ഇന്നും മായാതെ നില്ക്കുന്നു. ഒരു നവോത്ഥാനത്തിനു നേതൃത്വം കൊടുക്കുകയും ആ നവോത്ഥാനത്തിന്റെ വഴിയിൽ പ്രകാശം വിതറുകയും ചെയ്ത സ്വാമിജിയെപ്പറ്റി അതർഹിക്കുന്ന പ്രാധാന്യമുള്ള പഠനങ്ങൾ വേണ്ടത്ര പുറത്തുവന്നിട്ടില്ല. ശ്രീ. എം എസ് നായരുടെ ഈ പഠനം കേരളത്തിന്റെ സാമൂഹിക-രാഷ്ട്രീയ പശ്ചാത്തലത്തിൽ സ്വാമിജിയെ വിലയിരുത്തുവാനുള്ള ഒരു സംരംഭമെന്ന നിലയിൽ പ്രത്യേകം പ്രശംസയർഹിക്കുന്നു.

ഒരു ദാർശനികനെ അഥവാ സാമൂഹ്യപരിഷ്കർത്താവിനെ വിലയിരുത്തുമ്പോൾ അദ്ദേഹത്തിന്റെ ചിന്തകളെയും കാലഘട്ടത്തെയും പരസ്പരം ബന്ധിപ്പിച്ചുകൊണ്ടുമാത്രമേ കഴിയുകയുള്ളൂ. താൻ ജീവിച്ച സമൂഹത്തിൽ പരിവർത്തനത്തിന്റെ കൊടുങ്കാറ്റായി ആഞ്ഞടിച്ച ചിന്തകളായിരുന്നു സ്വാമി ബ്രഹ്മാനന്ദശിവയോഗിയുടേത്. 19-ാം നൂറ്റാണ്ടിന്റെ അന്ത്യദശകങ്ങളിലും 20-ാം നൂറ്റാണ്ടിന്റെ ആദ്യ ദശകങ്ങളിലും കേരളം കണ്ട മഹാനായ ദാർശനികനും സാമൂഹ്യപരിഷ്കർത്താവുമായിരുന്നു സ്വാമിജി. സ്വാമിജിയുടെ ചിന്തകൾക്ക് ആധുനിക കേരള സമൂഹത്തിൽ പ്രസക്തി നഷ്ടപ്പെട്ടിട്ടില്ലന്നത് ആ ചിന്തകളുടെ മറ്റൊരു വശമാണ്.

സാമൂഹികമായ അനാചാരങ്ങളോടും ബാഹ്യമായ മതപ്രകടനങ്ങളോടും ഫ്യൂഡൽ ബന്ധങ്ങളുടെ കർക്കശമായ സമീപനത്തോടും ആശയ

പരവും കർമ്മപരവുമായ പ്രതിഷേധത്തിന്റെ ചിന്തകളായിരുന്നു സ്വാമിജിയുടേത്. നൂറ്റാണ്ടുകളായി ഇന്ത്യൻ സമൂഹത്തെ ബാധിച്ച ജാതിചിന്ത ഫ്യൂഡൽ വ്യവസ്ഥിതിയുടെ രൂപവും ആശയവുമായിരുന്നു. മതപരമായ അനാചാരങ്ങൾ ആ വ്യവസ്ഥിതിയുടെതന്നെ സൃഷ്ടികളായിരുന്നു. ബിംബാരാധനയെയും ക്ഷേത്രത്തിന്റെ ബാഹ്യമോടികളെയും അദ്ദേഹം വിമർശിച്ചു. മനുഷ്യനെന്ന ഒറ്റ ജാതിയല്ലാതെ അക്ഷരാർത്ഥത്തിൽ മറ്റു ജാതിവിഭജനം നിലനില്ക്കുന്നില്ലെന്ന് അദ്ദേഹം ചൂണ്ടിക്കാട്ടി. ഒരുപക്ഷേ, വരേണ്യവർഗ്ഗത്തിന്റെ ആശയങ്ങളെയും തത്ത്വശാസ്ത്രത്തെയും ബുദ്ധിയുടെ നികഷോപലങ്ങളിൽ ഉരച്ചു നോക്കിക്കൊണ്ട് അവയുടെ മൂല്യച്യുതിയെ അദ്ദേഹം തന്റെ ചിന്തകളിൽ വ്യക്തമാക്കി. ഇത് ഫ്യൂഡൽ വർഗ്ഗത്തിന്റെ അടിസ്ഥാനപരമായ പ്രത്യയശാസ്ത്രത്തോടുള്ള വെല്ലുവിളിയായിരുന്നു. അമ്പലങ്ങളിലെ ദൈവത്തിന് പ്രസക്തിയില്ലെന്നും ജീവജാലങ്ങളുടെ മതം ആനന്ദം മാത്രമാണെന്നും അദ്ദേഹം സിദ്ധാന്തിച്ചു. പക്ഷേ, ആ ആനന്ദമാകട്ടെ ജീവശാസ്ത്രപരമായ ലോലവികാരങ്ങളുടെ പൂർത്തീകരണമല്ലെന്നും ദാർശനികമായ മണ്ഡലത്തിൽ വ്യക്തിസത്തയുടെ സ്വയം പ്രകാശമാണെന്നും അദ്ദേഹം കണ്ടെത്തി. ഇതദ്ദേഹത്തെ ആനന്ദവാദികളായ എപ്പിക്യൂറിയൻ ചിന്താഗതിക്കാരിൽനിന്നും, ചാർവ്വാകന്മാരിൽനിന്നും വ്യത്യസ്തനാക്കുന്നു.

ഫ്യൂഡൽ വ്യവസ്ഥിതിയുടെ അനാചാരങ്ങൾ സ്ത്രീയുടെ മോചനത്തിനും ഉന്നതമായ വിദ്യാഭ്യാസത്തിനും തികച്ചും അന്നത്തെ കാലം വിലങ്ങടിച്ചുനിന്നു. സമൂഹത്തിന്റെ അനാചാരങ്ങൾ ഒഴിവാക്കുവാൻ സ്ത്രീ വിദ്യാഭ്യാസം ഏറ്റവും ആവശ്യമാണെന്ന് 19-ാം നൂറ്റാണ്ടിലെ ഇന്ത്യൻ പരിഷ്കരണവാദികളായ ദയാനന്ദസരസ്വതിയെയും മറ്റും പോലെ സ്വാമിജിയും മനസ്സിലാക്കിയിരുന്നു. സ്ത്രീവിദ്യാപോഷണത്തിനുവേണ്ടി അദ്ദേഹം ചെയ്ത സേവനങ്ങൾ പ്രത്യേകം പ്രശംസനീയങ്ങളാണ്. ആധുനികകാലത്ത് സ്ത്രീവിദ്യാഭ്യാസരംഗത്ത് കേരളം കൈവരിച്ചിട്ടുള്ള നേട്ടങ്ങൾ സ്വാമിജിയെപ്പോലുള്ള ദാർശനികന്മാർ നേതൃത്വം കൊടുത്ത ചിന്താവിപ്ലവത്തിന്റെ ഫലമാണെന്ന് പറയാം. മദ്ധ്യകാലീനമായ സമൂഹത്തിന്റെ ചിന്തകളിലും ആചാരങ്ങളിലും പരിവർത്തനത്തിന്റെ കൊടുങ്കാറ്റ് ഉയർത്തിക്കൊണ്ട് ആധുനികവല്ക്കരണത്തിന് നേതൃത്വം കൊടുത്ത സ്വാമിജിയുടെ ചിന്തകൾക്ക് ഇന്നും പ്രസക്തി നഷ്ടപ്പെട്ടിട്ടില്ല എന്നതാണ് വാസ്തവം. പുരോഗതിയുടെയും പുരോഗമനപരമായ ആശയങ്ങളുടെയും സജീവമായ പ്രതീകമായിരുന്നു അദ്ദേഹത്തിന്റെ പ്രസ്ഥാനം. അതുകൊണ്ടുതന്നെയാണ് ആധുനിക കേരളത്തിന്റെ ശില്പികളിലൊരാളായി സ്വാമിജിയെ വിലയിരുത്തുന്നത്.

സ്വാമിജിക്ക് പടവെട്ടേണ്ടിവന്ന ഫ്യൂഡൽ കാലഘട്ടത്തിന്റെ സാമൂഹികബന്ധങ്ങൾ ഗ്രന്ഥകർത്താവ് യുക്തിപൂർവ്വം വിശകലനം ചെയ്തിരിക്കുന്നു. ബർട്രാൻഡ് റസ്സലിന്റെ സാമൂഹിക ദർശനത്തെപ്പറ്റി ഗവേഷണപഠനം നടത്തിയ പരിചയത്തിന്റെ വെളിച്ചത്തിൽ ശ്രീ. നായർ

സ്വാമിജിയുടെ ധിഷണാവൈദഗ്ദ്ധ്യത്തെയും ആനന്ദമതത്തെയും സാമൂഹ്യ പരിഷ്കരണ പ്രസ്ഥാനങ്ങളെയും പരിചയപ്പെടുത്തുന്നു. ദാർശനികമായ ഒരു ഭാഷ ഒഴിവാക്കിക്കൊണ്ട് അനുവാചകന്റെ ഹൃദയത്തിൽ ശിവയോഗിയെ പ്രതിഷ്ഠിക്കുവാനുള്ള ഈ സംരംഭം തികച്ചും വിജയിച്ചിട്ടുണ്ട്. ഒരു മഞ്ഞുതുള്ളിയിൽ പ്രപഞ്ചം പ്രതിബിംബിക്കുന്നതുപോലെ ഈ ലഘുപഠനം സ്വാമിജിയുടെ ജീവിതത്തെയും കൃതികളെയും അദ്ദേഹത്തിന്റെ സ്വതന്ത്രചിന്തകളെയും പ്രതിഫലിപ്പിക്കുന്നു.

ഇപ്രകാരം ശ്രദ്ധേയനായ സ്വാമിജിയെ ഇന്നത്തെ തലമുറ വേണ്ടത്ര അനുസ്മരിക്കാതിരിക്കുന്നതിന്റെ കാരണം ഗ്രന്ഥകർത്താവ് ഇപ്രകാരം വിവരിക്കുന്നു. 'ഇദ്ദേഹത്തിനു കേരളത്തിൽ പലയിടങ്ങളിലും അനുയായികളുണ്ടായെങ്കിലും വിഗ്രഹാരാധനാഖണ്ഡനത്തിന്റെ ആദർശശുദ്ധിയും ആത്മാർത്ഥതയും ഉൾക്കൊള്ളുവാൻ സവർണ്ണരും, അവർണ്ണരും പൂർണ്ണമായും തയ്യാറായില്ല. വർണ്ണാശ്രമ ധർമ്മത്തെയും ബ്രാഹ്മണമേധാവിത്തത്തെയും തള്ളിപ്പറയുകവഴി സവർണ്ണവിഭാഗത്തിന്റെ വെറുപ്പ് സമ്പാദിക്കേണ്ടിവന്നു. അതോടൊപ്പം ഈശ്വരപൂജയെയും മതത്തെയും നിഷേധിക്കുകവഴി യാഥാസ്ഥിതിക വർഗ്ഗത്തിന്റെ പിടിയിലമർന്ന സാധാരണക്കാരായ അവർണ്ണരും തൃപ്തരായില്ല. എന്നാൽ ശ്രദ്ധേയമായ മറ്റൊരു കാരണം സ്വാമിജി പ്രോത്സാഹിപ്പിച്ച സാമൂഹിക മാറ്റങ്ങളുടെ ആശയങ്ങൾ രാഷ്ട്രീയ പാർട്ടികളും, രാഷ്ട്രവും ഏറ്റെടുക്കുകയുണ്ടായെന്നതാണ്. എങ്കിലും ഈ മാറ്റങ്ങൾ ഇന്നും പൂർണ്ണമായിട്ടില്ല. കോഴിവെട്ടും, തൂക്കവും, കൊടുങ്ങല്ലൂർ ഭരണിയും ഇന്നും തുടരുന്നു. അതിനാൽ സ്വാമിജിയുടെ പ്രസക്തി ഇന്നും കാണാം. അദ്ദേഹത്തിന്റെ വൈയക്തികതലത്തിലെ ദാർശനികമായ ആശയങ്ങൾക്കും ചിന്തകൾക്കും അന്താരാഷ്ട്രീയമായ പ്രശസ്തിയും, പ്രചരണവും ഉണ്ടാകേണ്ടത് സമകാലീനമായ ഒരാവശ്യമാണ്.

ആധുനിക സമൂഹത്തിൽ സ്വാമിജിയെപ്പറ്റി കൂടുതൽ അറിയുവാനും പഠിക്കുവാനും ഈ ഗ്രന്ഥം ഒരു പ്രചോദനമായിത്തീരുമെന്നതിൽ സംശയമില്ല. അത്തരത്തിലുള്ള ഒരു സമീപനമാണ് ഗ്രന്ഥകർത്താവ് ഇതിന്റെ രചനയിൽ സ്വീകരിച്ചിട്ടുള്ളത്. സ്വാമിജിയുടെ വിശ്വമാനവതയെയും ചിന്തകളെയും പ്രചരിപ്പിക്കുന്ന ഇത്തരത്തിലുള്ള പഠനങ്ങൾ വീണ്ടും ഉണ്ടാകട്ടെ!

സർവ്വകലാശാല
കോഴിക്കോട് ഡോ. കെ കെ എൻ കുറുപ്പ്

ഉപോദ്ഘാതം

സ്നേഹിക്കയില്ല ഞാൻ, നോവുമാത്മാവിനെ
സ്നേഹിച്ചിടാത്തൊരു തത്ത്വശാസ്ത്രത്തെയും

– വയലാർ

എല്ലാ തത്ത്വചിന്തകളും മനുഷ്യന്റെ വേദനയിൽനിന്നുയിർക്കൊണ്ടതാണെന്നു പറയാറുണ്ട്. എല്ലാ സാമൂഹികതത്ത്വചിന്തകളും സംഘർഷങ്ങളിൽനിന്നും അവ സംജാതമാക്കിയ അന്തരീക്ഷത്തിൽനിന്നും ജന്മമെടുത്തതാണ്. പല സാമൂഹിക ദാർശനികന്മാരും മനുഷ്യരാശിയുടെ രക്ഷയ്ക്കെത്തുന്നത് അവർ ജീവിച്ചിരുന്ന കാലഘട്ടത്തിന്റെ സന്തപ്തമായ അന്തരീക്ഷത്തിന്റെ പ്രചോദനത്തിലാണ്.[1]

മനുഷ്യനെ മനുഷ്യനല്ലാതാക്കുന്ന ആശയങ്ങളിൽനിന്നും വ്യവസ്ഥിതിയിൽനിന്നും അവനെ കാത്തുസൂക്ഷിക്കുകയാണ് തത്ത്വചിന്തയുടെ പ്രധാന ഉദ്ദേശം. ഈ ഉദ്ദേശ സാക്ഷാൽക്കാരത്തിന്നു തത്ത്വശാസ്ത്രത്തിനു ചെയ്യാനുള്ളത് വിമർശനമാണെന്നു ഹോർക്കെനൽ (Horkheinel) കാണുന്നു. വാദവും വിമർശനവുമാണ് താത്ത്വികന്റെ കരുക്കളെന്നു പ്ലാറ്റോവും, ഹെഗലും പറഞ്ഞിട്ടുണ്ട്. പക്ഷേ, ബൗദ്ധികവും പ്രായോഗികവുമായ ചിന്തയിലധിഷ്ഠിതമാണ് തത്ത്വചിന്തയിലെ വിമർശനം[2] വസ്തുക്കളെ ശരിയായി അറിയുക എന്നതാണ് ഇവിടെ വിമർശനം.

വിമർശനം തന്നെയാണ് സാമൂഹിക ദർശനത്തിന്റെയും തലം. സമൂഹത്തിന്റെ ഘടനയുടെയും പ്രവർത്തനത്തിന്റെയും മൂലതത്ത്വങ്ങളെ ആസ്പദമാക്കിയുള്ള സാമൂഹിക പ്രക്രിയയുടെ തത്ത്വചിന്താപരമായ വിമർശനമാണ് സാമൂഹിക തത്ത്വചിന്ത, സാമൂഹിക തത്ത്വചിന്തയ്ക്കു പ്രധാനമായും രണ്ടു വശമുണ്ട്. 1. നിലവിലുള്ള സമൂഹം എങ്ങനെ

പ്രവർത്തിക്കുന്നു (വസ്തുത). അഥവാ നിലവിലുള്ള സാമൂഹ്യ വ്യവസ്ഥിതിയുടെ കോട്ടങ്ങളെ ചൂണ്ടിക്കാണിച്ച് വിമർശിക്കുക. 2. സമൂഹം എങ്ങനെ പ്രവർത്തിക്കണം എന്ന് നിർദ്ദേശിക്കുക (ഉദ്ദേശ്യം) ഈ വ്യവസ്ഥിതിയുടെ പോരായ്മകൾ പരിഹരിക്കുന്ന അഥവാ വ്യവസ്ഥിതി അപ്പാടെ ഉടച്ചുവാർക്കുംവിധം മറ്റൊരു പുതിയ വ്യവസ്ഥിതിയുടെ നിർദ്ദേശം. പക്ഷേ, പലപ്പോഴും നൂതനമായൊരു വ്യവസ്ഥിതിയുടെ രൂപരേഖ പ്രായോഗികതലത്തിൽ തൃപ്തികരമാംവിധം അവതരിപ്പിക്കുന്നതിനേക്കാൾ നിലവിലുള്ള സാമൂഹിക വ്യവസ്ഥിതിയുടെ പോരായ്മകൾ എടുത്തുകാട്ടുന്നതിലാണ് പല ആധുനിക ദാർശനികന്മാരും ഊന്നൽ കൊടുക്കുന്നത്.

സമൂഹത്തിന്റെ ഘടനയെയും പ്രവർത്തനത്തെയുംകുറിച്ച് ശാസ്ത്രീയമായ അപഗ്രഥനത്തിനു തുടക്കംകുറിച്ചത് അഗസ്തെകോംടെയാണ്. കാൾ മാർക്സിന്റെയും ജെ എസ് മില്ലിന്റെയും ചിന്തകളിലൂടെ പരിപോഷിപ്പിക്കപ്പെട്ട സാമൂഹിക സിദ്ധാന്തങ്ങളെ സാമൂഹ്യ പ്രവർത്തനത്തിന്റെ ചട്ടക്കൂട്ടിൽ ആനുകാലിക സാമൂഹിക പ്രശ്നങ്ങളുമായി ബന്ധപ്പെടുത്തുന്ന തരത്തിൽ ഒരു പുനർചിന്തനം നടത്തിയത് ട്രാൻകോട്ട് പാൻസൺ (1937) ആണ്. അങ്ങനെ തത്ത്വചിന്തയെ സാമൂഹിക പ്രക്രിയയുടെ ഭാഗമായി ആധുനിക പാശ്ചാത്യ ചിന്തകർ കാണുന്നു. ഭാരതീയ തത്ത്വചിന്തയുടെ അന്തർദ്ധാര കേവലം ജീവിത നിഷേധമാണെന്നും സാമൂഹ്യജീവിതത്തിന് അതിൽ അപ്രധാനമായ സ്ഥാനമാണുള്ളതെന്നും ആക്ഷേപമുണ്ട്. പ്രധാനമായും രണ്ടുവാദങ്ങളാണ് ഉന്നയിക്കപ്പെടുന്നത്. 1. ഭാരതീയ തത്ത്വശാസ്ത്രജ്ഞന്മാർ തങ്ങൾക്കു ചുറ്റുമുള്ള ലോകത്തെ (സമൂഹം)ക്കുറിച്ച് ബോധവാന്മാരല്ല. കേവലം അലൗകിക പ്രപഞ്ചമാണവരുടെ ദർശന മണ്ഡലം. 2. സാമൂഹ്യ പ്രവർത്തന ചിന്ത വ്യക്തിമനസ്സിലേക്ക് ആഞ്ഞിറങ്ങുന്നില്ല. അഥവാ സാമൂഹ്യ പ്രവർത്തനം ഇന്ത്യൻ തത്ത്വചിന്ത ഒരിക്കലും ആവശ്യപ്പെടുന്നില്ല, അനുവദിക്കുന്നു എന്നു മാത്രം (Not Penetrative but merely Permissive) മറ്റൊരു തരത്തിൽ പറഞ്ഞാൽ അത് വ്യക്തികളെ സജീവമായൊരു സാമൂഹിക ജീവിതത്തിനു പ്രേരിപ്പിക്കുന്നില്ല. ഈ ആക്ഷേപം തികച്ചും അസ്ഥാനത്താണെന്നും ഭാരതീയ ദർശനത്തെക്കുറിച്ചുള്ള ഉപരിപ്ലവമായ ധാരണ കൊണ്ടുണ്ടായതാണെന്നും ഇതിനകം പല പണ്ഡിതന്മാരും സമർത്ഥിച്ചിട്ടുണ്ട്.[3]

തത്ത്വചിന്ത സാമൂഹിക പ്രക്രിയയുടെ പ്രധാന ഭാഗമാകുമ്പോൾ അതു സാമൂഹ്യപ്രശ്നങ്ങളിൽനിന്ന് അകലെയല്ല. അതായത് തത്ത്വചിന്ത സമൂഹത്തോടടുത്തു നില്ക്കുന്നു. ഈ തത്ത്വം എല്ലാ സമൂഹത്തിനും ബാധകമാണ്. ഈ തത്ത്വം ഇന്ത്യയിലെ നവോത്ഥാനനായകർ പ്രത്യേകിച്ചും ഇരുപതാം നൂറ്റാണ്ടിന്റെ തുടക്കത്തിൽ കേരളത്തിലുണ്ടായ നവോത്ഥാനത്തിനു നായകത്വം വഹിച്ച ചിന്തകർ അംഗീകരിച്ചതായി അവരുടെ സിദ്ധാന്തങ്ങളും പ്രവർത്തനങ്ങളും സാക്ഷ്യം വഹിക്കുന്നു. അത്തരം ആധുനിക ദാർശനിക പ്രതിഭകളിൽ പ്രമുഖനാണ് ബ്രഹ്മാ

നന്ദ സ്വാമി ശിവയോഗി.

ഇന്ത്യയുടെ മറ്റുഭാഗങ്ങളിലെന്നപോലെ അസമത്വത്തിന്റെയും അസ്വാതന്ത്ര്യത്തിന്റെയും ദുഃഖപൂർണ്ണമായ അന്തരീക്ഷത്തിലായിരുന്നു കേരളവും കുറേക്കാലം. മതം മെനഞ്ഞെടുത്ത കുറെ യക്ഷിക്കഥകളുടെയും ബഹുദൈവങ്ങളുടെയും പിടിയിലമർന്നു ജനത വീർപ്പുമുട്ടിയ കാലം. വർണ്ണാശ്രമധർമ്മത്തിൽനിന്ന് ഉരുത്തിരിഞ്ഞുവന്ന ജാതിചിന്തയുടെ ദുർഗ്ഗന്ധം വമിച്ച കാലം. അവർണ്ണരുടെയും അധഃകൃതരുടെയും അസ്വാതന്ത്ര്യത്തിന്റെ കാലം. ഇത്തരമൊരു കാലഘട്ടത്തിലാണ് ബ്രഹ്മാനന്ദ സ്വാമി ശിവയോഗിയും നാരായണഗുരുവും ചട്ടമ്പിസ്വാമികളും വാഗ്ഭടാനന്ദനും കേരളത്തിന്റെ സാമൂഹിക രംഗത്തെത്തുന്നത്. അവർ ജീവിച്ചിരുന്ന കാലഘട്ടവും ചുറ്റുപാടും നല്കിയ വേദനയും യാതനയും ലോകജനതയെ മുഴുവൻ ബാധിക്കുന്നതായിരുന്നില്ല. എങ്കിലും വിശാലമായൊരർത്ഥത്തിൽ അവരുടെ ചിന്തകൾക്ക് അത്തരമൊരു തലം കണ്ടെത്താൻ കഴിഞ്ഞേക്കും.

നിലവിലുള്ള സാമൂഹിക വ്യവസ്ഥിതിയുടെ പോരായ്മകൾ എടുത്തുകാട്ടി ശക്തമായി വിമർശിക്കുക എന്ന സമീപനമാണ് ശിവയോഗി മുഖ്യമായും അവലംബിച്ചത്. അതേസമയം സാമൂഹിക ദർശനത്തിന്റെ എല്ലാ പ്രശ്നങ്ങളും അദ്ദേഹത്തിന്റെ ചിന്തകളിൽ കണ്ടെത്താനൊക്കില്ല. അതിനാൽ ബ്രഹ്മാനന്ദസ്വാമി ശിവയോഗിയെ ഒരു സാമൂഹിക ദാർശനികനെന്നു വിളിക്കുന്നത്, സാങ്കേതികമായ അർത്ഥത്തിൽ അനുചിതമായേക്കാം.

ആ കാലഘട്ടത്തിലെ ഏറ്റവും ശക്തനായ സ്വതന്ത്രചിന്തകനും യുക്തിവാദിയുമായിരുന്നു ശിവയോഗി. ചാതുർവർണ്യത്തിലധിഷ്ഠിതമായ ജാതിവ്യവസ്ഥയും മതത്തിന്റെ പേരിൽ അനുഷ്ഠിക്കുന്ന അനാചാരങ്ങളുമാണ് ഇദ്ദേഹത്തിന്റെ വിമർശനങ്ങൾക്കു വിഷയങ്ങൾ. പക്ഷേ, ഈ ദുഃസ്ഥിതിക്കു രാഷ്ട്രീയ പരിഹാരമൊന്നും അദ്ദേഹം നിർദ്ദേശിക്കുന്നില്ല. പ്രത്യുത എല്ലാ അനാചാരങ്ങളുടെയും അടിസ്ഥാനം മനുഷ്യമനസ്സാണെന്നും അതുകൊണ്ട് മനസ്സിന്റെ സംസ്കരണമാണ് അനിവാര്യമെന്നുമാണ് ഇദ്ദേഹത്തിന്റെ സന്ദേശം. ജാത്യുപജാതി വ്യവസ്ഥയുടെ അന്തഃസത്തയെ അദ്ദേഹം ചോദ്യംചെയ്തു. വിഗ്രഹാരാധനയെയും ബഹുദൈവവിശ്വാസത്തെയും നിശിതമായി വിമർശിച്ചു. സമൂഹത്തിന്റെ ചേതനയെ കരണ്ടുതിന്നുന്ന അന്ധവിശ്വാസങ്ങളെയും അനാചാരങ്ങളെയും ഉച്ചാടനം ചെയ്യാനുള്ള അദ്ദേഹത്തിന്റെ ശ്രമത്തിൽ ദാർശനികമായ സവിശേഷതയുണ്ടായിരുന്നു. സ്വർഗ്ഗവും നരകവും സൃഷ്ടിക്കുന്നത് മനുഷ്യനാണെന്നദ്ദേഹം കരുതി. അഹിംസയുടെ പരമോന്നതമായ നേട്ടം മനസ്സിലാക്കി എല്ലാ അനാചാരങ്ങളും ദൂരീകരിക്കാൻ ശുദ്ധമായ മനസ്സു വേണം. മനസ്സിന്റെ നിയന്ത്രണം മനുഷ്യന് ആനന്ദം പ്രദാനംചെയ്യുന്നു. ഈ ചിന്താധാരയിലധിഷ്ഠിതമാണ് ഇദ്ദേഹത്തിന്റെ ദർശനം. ഭാരതീയ ചിന്തകളിൽ വളർച്ച, വികാസം, സാക്ഷാൽക്കാരം എന്നീ ഘട്ടങ്ങൾ, ഭൗതി

കമോ മാനസികമോ ആദ്ധ്യാത്മികമോ ആയ ജീവിതത്തിന്റെ കേന്ദ്രഗുണ വിശേഷമാണ്. മനുഷ്യമനസ്സിന്റെ പരിപൂർണ്ണ വികാസമാണ് സാക്ഷാൽക്കാരം എന്നു ശിവയോഗിയും വിശ്വസിക്കുന്നു. പക്ഷേ, സാക്ഷാൽക്കാരം തേടുന്ന വ്യക്തി സമൂഹത്തിൽനിന്ന് അകലെയാണെന്നദ്ദേഹം കരുതുന്നില്ല.

സാമൂഹിക ജീവിതത്തിന്റെ വ്യക്തിഗത വശങ്ങളെ പൊതുവായ ആശയങ്ങളോടും കാലഘട്ടത്തിന്റെ ലക്ഷ്യങ്ങളോടും കൂട്ടിയിണക്കാനുള്ള തത്ത്വചിന്തയുടെ ശ്രമം ശിവയോഗിയുടെ രീതിയിൽ കാണാം. സയുക്തികമായൊരു സാമൂഹിക ഘടന അദ്ദേഹം ലക്ഷ്യമാക്കുന്നു. അതിൽ അന്ധവിശ്വാസങ്ങൾക്കും അനാചാരങ്ങൾക്കും സ്ഥാനമില്ല. മനുഷ്യചേതനയിലുണ്ടാകുന്ന അടിസ്ഥാനപരമായ മാറ്റങ്ങളാണ് സമൂഹത്തെയും തത്ത്വശാസ്ത്രത്തെയും ബന്ധപ്പെടുത്തുന്നത്; അതുവഴി സാമൂഹിക മാറ്റത്തിനു വേദി ഒരുക്കുന്നതും.

കുറിപ്പുകൾ

1. P A Sorokin, *Social Philosophy of An Age of Crisis* (Boston, 1951) P P 3-6
2. ഡോ. ആൽബർട്ട് നമ്പ്യാപറമ്പിൽ & ഡോ. തോമസ് വെള്ളിലാംതടം (സമ്പാ:) *ദർശനം എന്ത്* (കോട്ടയം. 1986) പു. 30–31
3. S Gopalan, *The Hindu Philosophy of Social Reconstruction* (Madras, 1970); Dr. S Rajamohan, *Social Concern in Indian Philosophy, Doctoral Thesis* (Submitted to University of Calicut, 1983)

ജീവിതവും കൃതികളും

> പോയകാലത്തെ, വിഖ്യാതരായ വ്യക്തി
> കളുടെ ജീവിതത്തെക്കുറിച്ചുള്ള
> അജ്ഞത, നമ്മെ ജീവിതകാലം മുഴു
> വൻ ശൈശവാവസ്ഥയിൽ നിർത്തുന്നു.
>
> – പ്ലൂട്ടാർക്ക്

ബ്രഹ്മാനന്ദ സ്വാമി ശിവയോഗി എന്ന പേരിൽ പ്രസിദ്ധനായ ഗോവിന്ദൻകുട്ടിമേനോൻ പാലക്കാട് ജില്ലയിലെ കൊല്ലങ്കോട് 1852 ആഗസ്ത് 26 നു പിറന്നു. അമ്മ കാരാട്ടു നാണിയമ്മ. അച്ഛൻ വല്ലേങ്ങി കുന്നത്ത് രാവുണ്യാരത്തി കുഞ്ഞികൃഷ്ണമേനോൻ. കൊല്ലങ്കോട് ബോർഡ് എലിമെന്ററി സ്കൂളിൽനിന്നു പ്രാഥമിക വിദ്യാഭ്യാസം നേടി. ഗുരുകുല വിദ്യാഭ്യാസ സമ്പ്രദായത്തിൽ സംസ്കൃതം പഠിച്ചു. അതിനുശേഷം എറണാകുളത്ത് മിഡിൽ സ്കൂൾ വരെ ഇംഗ്ലീഷ് പഠിച്ചു. പിന്നീട് സ്വപ്രയത്നത്താൽ നിരവധി ഇംഗ്ലീഷ് ഗ്രന്ഥങ്ങൾ വായിച്ച് ഇംഗ്ലീഷ് ഭാഷയിൽ അറിവു വർദ്ധിപ്പിച്ചു. എറണാകുളത്തുവച്ച് കൂട്ടത്തിൽ തമിഴു ഭാഷയും പഠിച്ചു. വടവന്നൂർ മുക്കിൽ മരുത്തൂർ വീട്ടിൽ താവുക്കുട്ടി അമ്മയെ വിവാഹം ചെയ്തു. യാഥാസ്ഥിതികരായ പ്രഭുകുടുംബത്തിന്നു പാരമ്പര്യമായി വന്നുചേർന്ന അംശം മേനോൻ ഉദ്യോഗം വഹിച്ചു കുറച്ചുകാലം. പിന്നീട് കോഴിക്കോട് നേറ്റീവ് ഹൈസ്കൂൾ (ഇന്നത്തെ ഗണപതി ഹൈസ്കൂൾ) അദ്ധ്യാപകനായി. കോഴിക്കോടുള്ള ജീവിതകാലത്ത് ഗോവിന്ദമേനോനിൽ ഗണ്യമായ പരിവർത്തനങ്ങൾ സംഭവിച്ചതായി ശിവയോഗിയുടെ ജീവചരിത്രകാരൻ എ കെ നായർ പറയുന്നു. [1]പാശ്ചാത്യ വിദ്യാസമ്പന്നരും പണ്ഡിതന്മാരും സാമൂഹ്യപരിഷ്കർത്താക്കളുമടങ്ങുന്ന നല്ലൊരു സുഹൃത്‌വലയം അദ്ദേഹം നേടിയെടുത്തു. മാത്രമല്ല ബ്രഹ്മ

സമാജത്തിന്റെ കോഴിക്കോട് ശാഖയുമായി ബന്ധപ്പെടാനിടയായി. ബ്രഹ്മ സമാജ പണ്ഡിതന്മാർ ഗോവിന്ദമേനോനെ ബ്രഹ്മാനന്ദസ്വാമി എന്നു വിളിച്ചാദരിച്ചു. ഇതിനിടയിൽ, ഇദ്ദേഹം രാജയോഗ പരിശീലനം തുടങ്ങിയിരുന്നു. അതോടെ പത്നിയെ ശിഷ്യയായി കണ്ടു. കുറച്ചുകാലത്തിനു ശേഷം 1899 ൽ സ്വാമി ആലത്തൂർ ബോർഡ് മിഡിൽ സ്കൂളിൽ (ഇന്നത്തെ ഗവൺമെന്റു ഹൈസ്കൂൾ) സംസ്കൃതാദ്ധ്യാപകനായി ചേർന്നു. ആലത്തൂർ സ്കൂളിൽനിന്ന് വിരമിച്ച ശേഷം (1907) പൂർണ്ണമായ ആശ്രമ ജീവിതത്തിൽ പ്രവേശിച്ചു. ആലത്തൂരിലെ വീഴുമലയുടെ ചുവട്ടിൽ ഏകാന്തസുന്ദരമായ വാനൂർ എന്ന സ്ഥലത്തെ, അദ്ദേഹത്തിന്റെ വസതി 'സിദ്ധാശ്രമ'മായി. ഈ സിദ്ധാശ്രമം പിന്നീട് ആലത്തൂരിലേക്കു മാറ്റി. സ്വതന്ത്രചിന്തകൻ, വിഗ്രഹഭഞ്ജകൻ, സാമൂഹിക പരിഷ്കർത്താവ്, ആനന്ദമതസ്ഥാപകൻ എന്നീ നിലകളിൽ പ്രശസ്തനായ ബ്രഹ്മാനന്ദ സ്വാമി 1929 സെപ്തംബറിൽ സമാധിയായി.

തന്റെ ആദർശ പ്രചാരണത്തിനും കർമ്മ പരിപാടികളുടെ നിർവ്വഹണത്തിനുംവേണ്ടി ബ്രഹ്മാനന്ദസ്വാമി ആലത്തൂരിൽ നിർമ്മിച്ച സിദ്ധാശ്രമം ആസ്ഥാനമാക്കി ആനന്ദ മഹാസഭ എന്ന പേരിൽ ഒരു പ്രസ്ഥാനത്തിനു രൂപം നല്കി. ഈ സഭയുടെ കീഴിൽ കേരളത്തിന്റെ പല ഭാഗങ്ങളിലും ആനന്ദ സമാജങ്ങളും യോഗശാലകളും സ്ഥാപിതമായി. ബ്രഹ്മാനന്ദ സ്വാമി ശിവയോഗിക്കുശേഷം അദ്ദേഹത്തിന്റെ മുൻ സഹധർമ്മിണിയും പിന്നീട് ശിഷ്യയുമായ യോഗിനീദേവി ആനന്ദമഹാസഭയുടെ അദ്ധ്യക്ഷയായി. അവർ ശിഷ്യഗണങ്ങൾക്ക് യോഗിനീമാതാവായി അറിയപ്പെട്ടു. ആലത്തൂരിലെ സിദ്ധാശ്രമവും മറ്റു ഭാഗങ്ങളിലെ യോഗശാലകളും ഇന്നും പ്രവർത്തിക്കുന്നുണ്ട്. സിദ്ധാശ്രമത്തിന്റെ ഇന്നത്തെ അധിപതി ശ്രീ നിർമ്മലാനന്ദയോഗി, സിദ്ധാശ്രമത്തിന്റെയും ശിവയോഗിയുടെയും മഹനീയ പാരമ്പര്യം തുടരുന്നതിൽ ബദ്ധശ്രദ്ധനാണ്. ആനന്ദാദർശപ്രചാരണത്തിൽ ആശ്രമത്തിൽനിന്നു പ്രസിദ്ധീകരിക്കുന്ന *സാരഗ്രാഹി* എന്ന മാസികയും ഭാഗഭാക്കാണ്.

ചെറുപ്പത്തിൽത്തന്നെ ബ്രഹ്മാനന്ദസ്വാമി കവിതകളെഴുതിയിരുന്നു. ആദ്യകാല കൃതികളിൽ പലതും പദ്യത്തിലായിരുന്നു. പക്ഷേ, അത്തരം കവിതകളിലൊന്നിനും കാവ്യഭാവനയ്ക്കല്ല പ്രാധാന്യം നല്കിയത്. തന്റെ മനസ്സിലുദിച്ച ചില ആദർശങ്ങളായിരുന്നു അവയിൽ ആവിഷ്കരിക്കാൻ ശിവയോഗി ശ്രമിച്ചത്. ഇവയിൽ പലതും ഈശ്വര സങ്കീർത്തനങ്ങളായിരുന്നു. അത്തരം കൃതികളിൽ ഹിന്ദു പുരാണങ്ങളിലെ കൃഷ്ണനും രാമനും ശിവനും സുബ്രഹ്മണ്യനുമെല്ലാം പ്രകീർത്തിക്കപ്പെട്ടു. പക്ഷേ, ഇവരെ എല്ലാം ഓരോ ശക്തിയുടെ വിഭിന്ന രൂപങ്ങളായാണ് അദ്ദേഹം കണ്ടത്. ഏക ദൈവ വിശ്വാസമായിരുന്നു അദ്ദേഹത്തിന്റെ കീർത്തനങ്ങളുടെ പൊരുൾ. ഗാത്ര ക്ഷേത്രം വഴിക്കാണ് അവരെയെല്ലാം ആരാധിക്കേണ്ടതെന്നും അവയിൽ വ്യക്തമാക്കിയിരുന്നു.

ഗദ്യത്തിലും പദ്യത്തിലുമായി പതിനാറു കൃതികൾ ശിവയോഗി

രചിച്ചിട്ടുണ്ട്. [2]കൃതികളിലെ ആശയവും തത്ത്വധാരയും അക്കാലത്ത് പ്രശംസയ്ക്കും വിമർശനത്തിനും പാത്രമായിട്ടുണ്ട്. പതിനെട്ടും ഇരുപതും പതിപ്പുകളായി അവയ്ക്കു പ്രചാരം ലഭിച്ചു. സ്ത്രീകൾക്കു വിദ്യാഭ്യാസം നല്കേണ്ടതിന്റെ ആവശ്യകതയെക്കുറിച്ചുള്ള വാദങ്ങളടങ്ങുന്ന കൃതിയാണ് *സ്ത്രീവിദ്യാപോഷിണി* (1899). പൂജ വ്രതഹോമാനുഷ്ഠാനങ്ങളെയും ജാതി മതഭേദത്തെയും തള്ളിപ്പറഞ്ഞുകൊണ്ട് ലളിതമായ ഭാഷയിലെഴുതിയ ആദ്യത്തെ കൃതിയാണ് *സിദ്ധാനുഭൂതി* (1905). യാഥാസ്ഥിതികത്വത്തിന്റെ കുത്തകയുള്ള ഒരു സവർണ്ണ സമുദായത്തിൽ ജനിച്ചു വളർന്നൊരാൾ സവർണ്ണ മേധാവിത്തത്തിന്റെ കോട്ടവളപ്പിലിരുന്നു കൊണ്ടെറിഞ്ഞൊരു കൈബോംബായിരുന്നു. ആ കൃതിയെന്നു സ്വാമി ബ്രഹ്മവ്രതൻ പറയുന്നു.[3] ഈ ചെറിയ ഗ്രന്ഥത്തിൽ പദ്യരൂപത്തിൽ പരാമർശിക്കപ്പെടുന്ന കാര്യങ്ങൾ കുറെക്കൂടി സൈദ്ധാന്തികമായി വിശദീകരിക്കുന്ന *മോക്ഷപ്രദീപം* (1905) കേരളത്തിലെ മതാന്ധന്മാരുടെ ലോകത്തിൽ ശക്തമായ പൊട്ടിത്തെറിയുണ്ടാക്കി. സഗുണോപാസനയുടെ സാമൂഹ്യാടിസ്ഥാനത്തെ ചോദ്യം ചെയ്യുകയും അത് അർത്ഥശൂന്യമാണെന്നു സ്ഥാപിക്കുകയും നിർഗുണോപാസനയ്ക്കനുകൂലമായി പ്രചരണം നടത്തുകയുമാണീ ഗ്രന്ഥത്തിലെ വാദഗതികൾ. എല്ലാവരിലും കുടികൊള്ളുന്ന ഒരു ശക്തി– ആനന്ദശക്തിയാണു ബ്രഹ്മം. സർവ്വ ജീവജാലങ്ങളും ആനന്ദം കാംക്ഷിക്കുന്നവരാകയാൽ ജാതിമത ഭേദമെന്യേ ആനന്ദമതക്കാർ തന്നെയാകുന്നു എന്ന് ഇതിൽ സൂചിപ്പിക്കുന്നു. യോഗമാണ് മുഖ്യമെന്നും യോഗി ജ്ഞാനിയേക്കാൾ ശ്രേഷ്ഠനാണെന്നും രാജയോഗത്തിനുവേണ്ടി വാദിക്കുന്ന ഈ പുസ്തകത്തിൽ പറയുന്നു. ചട്ടമ്പിസ്വാമികൾ മോക്ഷപ്രദീപത്തെ ഇങ്ങനെ ശ്ലാഘിക്കുന്നു.

> മലയാളത്തിൽ ഇപ്രകാരമൊരു പുസ്തകം മുമ്പുണ്ടായിട്ടുള്ളതായി ഞാൻ അറിയുന്നില്ല. യാഗാദികൾ, ഹിംസ, ക്ഷേത്രങ്ങളുടെ അവസ്ഥ, ജാതിഭേദം മുതലായവയെ സംബന്ധിച്ച് എന്റെ മനസ്സിൽ ചെറിയ ദീപംപോലെ ഇരിക്കുന്ന ഒരു മാതിരി അഭിപ്രായങ്ങളെ ഈ പുസ്തകത്തിൽ കല്പാന്തചണ്ഡുകിരണനെന്നപോലെ കാണപ്പെടുന്നു.[4]

1929 ൽ *മാതൃഭൂമി*യിൽ ഇങ്ങനെ പറയുന്നു:

> സ്വാമികളുടെ പുസ്തകങ്ങൾ വിശേഷിച്ച് *സിദ്ധാനുഭൂതിയും മോക്ഷപ്രദീപവും*– അവയുടെ പേരുകളെ അന്വർത്ഥമാക്കിത്തീർക്കുമാറ് കേരളത്തിൽ മതസമുദായ സംബന്ധമായ ദശാപരിവർത്തനത്തിന്റെ സൂചകമായിട്ട് അവതരിപ്പിക്കുകയും അവ ഇന്നും അനേകശതം ജനങ്ങൾക്കു ജ്ഞാനപന്ഥാവിന്റെ പ്രദർശകങ്ങളായിട്ടു പ്രചരിക്കുകയും ചെയ്യുന്നുണ്ട്. സമുദായ കാര്യങ്ങളെ സംബന്ധിച്ചു മാത്രമല്ല, സാഹിത്യപരമായിട്ടുകൂടി പ്രസ്തുത

> പുസ്തകങ്ങൾ കേരള ഭാഷയുടെ വിലയേറിയ സമ്പത്തായി ആദരിക്കപ്പെടുന്നതായിരിക്കും.[5]

കേരളത്തിലെ മതാന്തരീക്ഷത്തിൽ ഇത്രയേറെ ഇടിമുഴക്കങ്ങളുണ്ടാക്കിയ മറ്റൊരു ഗ്രന്ഥം ഉണ്ടായിട്ടുണ്ടോ എന്നു ബ്രഹ്മവ്രതൻ സംശയിച്ചതും *മോക്ഷപ്രദീപ*ത്തെക്കുറിച്ചാണ്.[6]

'കലികാലാപവാദ'ത്തെയും വിഗ്രഹാരാധനയെയും ജാതിഭേദത്തെയും ഖണ്ഡിക്കുന്ന *മോക്ഷപ്രദീപ*ത്തിലെ വാദഗതികൾ ഉയർന്നുവന്നേക്കാവുന്ന സംശയങ്ങൾക്കും ആക്ഷേപങ്ങൾക്കും മറുപടി പറയുന്ന രൂപത്തിൽ വിഗ്രഹാരാധനയുടെ അർത്ഥമില്ലായ്മയെ കുറേക്കൂടി വിശദമായി പ്രതിപാദിക്കുന്നതാണ് ആനന്ദവിമാനം (1916). ആദ്യകാലത്ത് സ്തോത്രങ്ങളെഴുതിയ സ്വാമി, പില്ക്കാലത്ത് മന്ത്രസ്തോത്രാദികൾക്ക് ആത്മജ്ഞാനത്തെ കൊടുക്കാൻ ശക്തിയില്ലെന്നു മനസ്സിലാക്കി. മനസ്സിനെ വേണ്ടവിധം വെച്ചാൽ, ജപിച്ചാലും ജപിച്ചില്ലെങ്കിലും, സ്തുതിച്ചാലും സ്തുതിച്ചില്ലെങ്കിലും ആത്മസാക്ഷാൽക്കാരം നേടാം എന്നു സമർത്ഥിച്ചു.

ആദ്യകാലത്തുണ്ടായ തന്റെ ധാരണ തെറ്റായിരുന്നുവെന്നു പിന്നീട് അദ്ദേഹത്തിന്റെ അനുഭവങ്ങൾ പഠിപ്പിച്ചു എന്ന് അദ്ദേഹം ആനന്ദവിമാനത്തിൽ അനുസ്മരിക്കുന്നു.

ശിവയോഗിയുടെ സിദ്ധാന്തങ്ങൾക്കു പൂർണ്ണത കൈവരുന്നത് ആനന്ദാദർശ(1927)ത്തിലാണ്. അതേസമയം പലതും മുൻഗ്രന്ഥങ്ങളിൽ അവതരിപ്പിച്ച ആശയങ്ങളുടെ വിശദീകരണങ്ങളാണ് ചിലപ്പോൾ ആവർത്തനങ്ങളും. എങ്കിലും സൈദ്ധാന്തിക വളർച്ചയിലേക്കുള്ള ചവിട്ടു പടികളായി അവയെ കണക്കാക്കാം. 'ഹിന്ദുമതത്തിന്റെ കാതലായ തത്ത്വങ്ങൾ കപട പ്രമാണങ്ങളാൽ മറയ്ക്കപ്പെട്ടിരിക്കുന്നു'വെന്നും അഹിംസാധർമ്മത്തെ പുരസ്കരിച്ച ഹിന്ദുമത ഹൃദയമായ രാജയോഗത്തെ പ്രകാശിപ്പിക്കുകയാണ് ശിവയോഗി ചെയ്യുന്നതെന്നും *മോക്ഷപ്രദീപ*ത്തിൽ സമർത്ഥിക്കുന്നു. ആനന്ദാദർശത്തിൽ അവയ്ക്കു പരിപൂരകമെന്നവണ്ണം ഈശ്വരദർശനം, ആനന്ദദർശനം, മനോദർശനം എന്നീ മൂന്നു അദ്ധ്യായങ്ങളിലായി വിഗ്രഹാരാധനാഖണ്ഡനം, ആനന്ദമതത്തിന്റെ പ്രസക്തി, മനസ്സിന്റെ നിയന്ത്രണവും ലയനവും എന്നീ കാര്യങ്ങൾ സിദ്ധാന്തിക്കുന്നു. ഈശ്വരന്റെ അസ്തിത്വത്തെക്കുറിച്ച് വിവിധ മതങ്ങൾ നിരത്തുന്ന വാദങ്ങൾ ഖണ്ഡിക്കാൻ ശിവയോഗി പത്തു പ്രധാന പ്രതിവാദങ്ങൾ നല്കുന്നു. ആനന്ദാദർശമെന്ന അദ്ധ്യായത്തിൽ എല്ലാവരും ആനന്ദത്തിൽ നിന്നും ജനിച്ചവരാണെന്നും അതുകൊണ്ട് ആനന്ദമാണ് ഉൽകൃഷ്ടമെന്നും സമർത്ഥിക്കുന്നു. 'മനോദർശന'മെന്ന മൂന്നാമദ്ധ്യായത്തിൽ ജീവപരൈക്യം. മുക്തി, നിർവ്വാണം, ബ്രഹ്മം എന്നീ പല പേരുകളിൽ അറിയപ്പെടുന്നുവെങ്കിലും ആനന്ദപ്രാപ്തി സിദ്ധിക്കാൻ മനസ്സിനെ മാത്രം വശീകരിച്ചാൽ മതി എന്നു തെളിയിക്കുന്നു. *മോക്ഷപ്രദീപ*ത്തിൽ ശക്തിയുടെ

രൂപത്തിൽ ദൈവത്തെ അംഗീകരിക്കുന്നുവെങ്കിൽ ആനന്ദാദർശത്തിൽ കേവലം ശക്തിയെക്കുറിച്ചു മാത്രമേ പറയുന്നുള്ളൂ. ദൈവത്തിനു പകരമായി ശക്തിയെ കാണുന്നു. ശക്തിയെ ആത്മാവായും ആത്മാവിനെ മനസ്സായും. ഇങ്ങനെയുള്ളൊരു ലഘൂകരണ (Reduction) പ്രക്രിയയിലൂടെ നീങ്ങുന്ന ആനന്ദാദർശത്തിലെ സിദ്ധാന്തങ്ങൾ ശിവയോഗിയെ നാസ്തികനായി കരുതാനിടയാക്കി. ആനന്ദാദർശത്തിലെ വാദഗതികൾക്കെതിരായി *ആദ്ധ്യാത്മ യുദ്ധ*മെന്നൊരു ഗ്രന്ഥം അക്കാലത്ത് പ്രസിദ്ധീകരിക്കപ്പെട്ടു.[8]

ബ്രഹ്മാനന്ദസ്വാമിയുടെ ഏറ്റവും മഹാനായ ശിഷ്യനായിരുന്നു വാഗ്ഭടാനന്ദനെന്ന പേരിൽ പ്രസിദ്ധനായ വി കെ ഗുരുക്കൾ. കേരളത്തിൽ വിശ്വാസങ്ങളും മാമൂലുകളും സൃഷ്ടിച്ച അന്ധകാരത്തിൽ സ്വതന്ത്ര ചിന്തയും യുക്തിബോധവും വഴിമുട്ടി നിന്നൊരു കാലഘട്ടത്തിൽ പുതിയൊരു സാംസ്കാരിക പ്രസ്ഥാനവും ചിന്താ പദ്ധതിയുമായിവന്ന ബ്രഹ്മാനന്ദ സ്വാമിയുടെ ആദർശങ്ങളെക്കുറിച്ച് കേട്ടറിയാനിടയായ ഗുരുക്കൾ സാമൂഹ്യസേവനത്തിനുതകുന്ന അത്തരം ആശയങ്ങളിൽ ആകൃഷ്ടനായി. തർക്കശാസ്ത്രപടുവും പണ്ഡിതനും തന്റെ വിപ്ലവാത്മകമായ ആശയങ്ങളോട് ആഭിമുഖ്യമുള്ളവനുമായ വി കെ ഗുരുക്കളെ ശിഷ്യനായി കിട്ടിയതിൽ ശിവയോഗി സന്തുഷ്ടനായിരുന്നു. വാഗ്ഭടാനന്ദൻ ശിവയോഗിയോടുള്ള ബന്ധത്തിന്റെ തുടക്കമെന്ന നിലയിൽ 1911 ൽ കോഴിക്കോട് കല്ലായിയിൽ രാജയോഗാനന്ദ കൗമുദി യോഗശാല എന്നൊരു സ്ഥാപനം തുടങ്ങി. ശിവയോഗിയുടെ രാജയോഗ സിദ്ധാന്തത്തിന്റെ പ്രചരണാർത്ഥം ഈ യോഗശാലയിൽ ഗുരുക്കൾ പ്രഭാഷണം നടത്തി. പിന്നീട് നടക്കാവിലും ഇത്തരമൊരു യോഗശാല തുടങ്ങി.

വി കെ ഗുരുക്കളുടെ അസാമാന്യമായ വാഗ് വിലാസവും പ്രതിഭയും വിലമതിച്ച് ബ്രഹ്മാനന്ദസ്വാമിയാണ് ഇദ്ദേഹത്തെ വാഗ്ഭടാനന്ദനെന്നു വിളിച്ചാദരിച്ചത്. അക്കാലത്ത് കോഴിക്കോട്ടുണ്ടായിരുന്ന പ്രസിദ്ധ പണ്ഡിതനായൊരു ശാസ്ത്രിയും വി കെ ഗുരുക്കളും തമ്മിൽ ഒരു തർക്കത്തിനുവേദിയൊരുക്കി. ഇത്തരം ഒരു രംഗത്തിന്റെ ആസൂത്രണത്തെക്കുറിച്ച് ഗുരുക്കൾ ബ്രഹ്മാനന്ദസ്വാമിയെ അറിയിച്ചിരുന്നു. ആ പണ്ഡിതസദസ്സിൽ വി കെ ഗുരുക്കൾ രണ്ടു മണിക്കൂർ നേരം തന്റെ സിദ്ധാന്തങ്ങൾ വിശകലനം ചെയ്ത് സംസാരിച്ചു. ഗുരുക്കളുടെ വാദഗതികളെ ഖണ്ഡിക്കാൻ അപര്യാപ്തമായിരുന്നു മറുഭാഗത്തെ വാദം. ഈ വിവരമറിഞ്ഞ് വി കെ ഗുരുക്കളുടെ സാമാന്യ വാഗ്ചാതുരിയിലും തർക്കപ്രാപ്തിയിലും സംപ്രീതനായി ബ്രഹ്മാനന്ദസ്വാമി ഒരു അഭിനന്ദനപദ്യം അയച്ചു കൊടുത്തു.

സരസ്വതീ സദ്ഭടനായി വാക്കിനാൽ
സദസ്സിലാനന്ദ മതീവ നല്കിയാൽ
സു'വാഗ്ഭടാനന്ദ' വിശേഷ സംജ്ഞയാ
സുവാഗ്‌വിലാസേന ജയിക്ക സംസദി.

ബ്രഹ്മാനന്ദ സ്വാമിയുമായുള്ള ബന്ധം വാഗ്ഭടാനന്ദന് *ശിവയോഗി വിലാസം* എന്ന പേരിൽ ഒരു മാസിക തുടങ്ങാൻ പ്രേരകമായി. ശിവയോഗിയുടെ നാമം അനുസ്മരിച്ചുകൊണ്ട് ശിവയോഗിയുടെ മറ്റൊരു ശിഷ്യനായ സാമിക്കുട്ടിയുടെ മാനേജ്മെന്റിൽ വാഗ്ഭടാനന്ദൻ സംവിധാനം ചെയ്ത് പ്രസിദ്ധീകരിച്ച പ്രസ്തുത മാസിക കുറച്ചുവർഷങ്ങൾക്കു ശേഷം *ശിവയോഗവിലാസ*മായി മാറി. ബ്രഹ്മാനന്ദസ്വാമിയുമായുണ്ടായ അഭിപ്രായ വ്യത്യാസമാണ് ഇത്തരത്തിൽ മാസികയുടെ പേരു മാറ്റത്തിനു കാരണമെന്ന് പറയപ്പെടുന്നു. ചുരുക്കത്തിൽ ആചാര്യന്റെ വിമർശകനായിത്തീരാനിടയായി ഈ ശിഷ്യൻ. യവനദാർശനികന്മാരായ പ്ലാറ്റോയും അദ്ദേഹത്തിന്റെ ശിഷ്യൻ അരിസ്റ്റോട്ടിലിനെയും പോലെ ശിവയോഗിയുടെ തത്ത്വചിന്താപരമായ സിദ്ധാന്തങ്ങളുടെ ഗതി തന്റെ ചിന്താധാരയുമായി പൊരുത്തപ്പെടുന്നില്ലെന്നു തോന്നിയ വാഗ്ഭടാനന്ദൻ ആശയപരമായി ശിവയോഗിയോട് ഏറ്റുമുട്ടി. *മോക്ഷപ്രദീപ*ത്തിനു പിന്നാലെ ഇറങ്ങിയ ഗ്രന്ഥങ്ങളിലടങ്ങിയ ശിവയോഗിയുടെ മനഃശാസ്ത്രസിദ്ധാന്തങ്ങൾ അന്തിമമായി മനുഷ്യനെ നിരീശ്വരതയിലേക്കു നയിക്കുന്നതായി തോന്നിയതാണ് വാഗ്ഭടാനന്ദന്റെ വിടപറയിലിനു കാരണമെന്നു പണ്ഡിതന്മാർ അനുമാനിക്കുന്നു.[10]

ഏതായാലും അദൃഢമായൊരു ബന്ധമാണ് ഇവർ തമ്മിലുണ്ടായിരുന്നത് എന്ന് വിശ്വസിക്കാൻ പ്രയാസമുണ്ട്. ജാതി ഭേദം, ബഹുദൈവ വിശ്വാസം, വിഗ്രഹാരാധന തുടങ്ങിയ മനുഷ്യപുരോഗതിക്ക് പ്രതിബന്ധങ്ങളായി വർത്തിച്ച എല്ലാത്തിനും എതിരായി പോരാടാൻ ഏതു പാമരനെയും തയ്യാറാക്കുന്ന തത്ത്വങ്ങളും സിദ്ധാന്തങ്ങളും ആവിഷ്കരിച്ച് കേരളീയരെ ഉദ്ബുദ്ധരാക്കിയ ബ്രഹ്മാനന്ദസ്വാമി ശിവയോഗിയോട് വാഗ്ഭടാനന്ദനുണ്ടായിരുന്ന മതിപ്പ് നിസ്സീമമാണ്. എല്ലാവരും ഒരു മതക്കാരെന്നു കരുതുവാൻ ഉതകുംവിധം പ്രവർത്തിച്ച ശിവയോഗിയോട് വാഗ്ഭടാനന്ദനുണ്ടായ ആദരവും സ്നേഹവും സ്വാമിയുടെ സമാധിയെത്തുടർന്നു 1929 ൽ ആത്മവിദ്യാകാഹളത്തിലെ മുഖ്യപ്രസംഗവും കോഴിക്കോട് ഗണപതി ഹൈസ്കൂളിൽ ചേർന്ന യോഗത്തിൽ അദ്ദേഹം ചെയ്ത പ്രസംഗവും സാക്ഷ്യപ്പെടുത്തുമെന്ന് എ കെ നായർ സൂചിപ്പിക്കുന്നു.[11]

കുറിപ്പുകൾ

1. എ കെ നായർ *ബ്രഹ്മാനന്ദസ്വാമി ശിവയോഗി* (കണ്ണൂർ, 1971) പു. 28–29
2. ഇവയിൽ പ്രധാനപ്പെട്ട ചില ഗ്രന്ഥങ്ങൾ തമിഴ്, ഹിന്ദി, ഇംഗ്ലീഷ് എന്നീ ഭാഷകളിലേക്ക് വിവർത്തനം ചെയ്തിട്ടുണ്ടായിരുന്നു.
3. സ്വാമി ബ്രഹ്മവ്രതൻ, *മഹർഷി വാഗ്ഭടാനന്ദ ഗുരുദേവർ* (കൊല്ലം, 1971) പു. 53.
4. എ കെ നായർ *ബ്രഹ്മാനന്ദസ്വാമി ശിവയോഗി*. പു. 53 *മോക്ഷപ്രദീ*

പത്തെ ചട്ടമ്പി സ്വാമികൾ വിമർശിച്ചതായും പറയപ്പെടുന്നു. കാണുക, കെ ഭാസ്കരപിള്ള, ചട്ടമ്പിസ്വാമികൾ (തിരുവനന്തപുരം. 1978) പു. 113.

5. *മാതൃഭൂമി* ദിനപത്രം, (കോഴിക്കോട് 22–10–29)
6. സ്വാമി ബ്രഹ്മവ്രതൻ, *മഹർഷി വാഗ്ഭടാനന്ദ ഗുരുദേവൻ*, പു. 53
7. അതിൽതന്നെ പു. 54 ബ്രഹ്മവ്രതർ ഇദ്ദേഹത്തെ പ്രച്ഛന്ന ചാർവ്വാകനെന്നു വിളിക്കുന്നു.
8. ഈ പുസ്തകം ആത്മവിദ്യാസംഘം പുനഃപ്രസിദ്ധീകരിച്ചിട്ടുണ്ട്. കാണുക, വാഗ്ഭടാനന്ദൻ, *ആദ്ധ്യാത്മയുദ്ധം അഥവാ ആനന്ദാദർശ പ്രദ്ധ്വംസനം* (കണ്ണൂർ 1980) പക്ഷേ, ഈ പുസ്തകം ആദ്യം പ്രസിദ്ധീകരിച്ചിരുന്ന കാലത്ത് ഗ്രന്ഥകർത്താവിന്റെ പേരില്ലായിരുന്നെന്നും ഇത് വാഗ്ഭടാനന്ദനാൽ രചിക്കപ്പെട്ടതല്ലെന്നും ശ്രീ നിർമ്മലാനന്ദ യോഗി തറപ്പിച്ചു പറയുന്നു: മാത്രമല്ല, *വാഗ്ഭടാനന്ദന്റെ പേരിൽ ഒരു ജാരസന്തതി* (കണ്ണൂർ 1991) എന്നൊരു പുസ്തകം പ്രസിദ്ധീകൃതമായിട്ടുണ്ട്.
9. കാണുക, *ഗുരുദേവ വിലാസം വായനശാല രജതജൂബിലി സുവനീർ* (പാടൃം, 1961) ഇതിൽനിന്നു വ്യത്യസ്തമായൊരഭിപ്രായമുണ്ട്. പൊന്നാനിയിൽ ഒരു വേദിയിൽ ആനന്ദാദർശത്തെ സംബന്ധിച്ചുണ്ടായ ഒരു വിവാദത്തിൽ യാദൃച്ഛികമായി ഒരു ചോദ്യമേല്ക്കേണ്ടി വന്നു, ശിവയോഗിക്ക് ഉമാസഹായപാദാരവിന്ദ്യാഭ്യംനമഃ എന്ന *മോക്ഷപ്രദീപ*ത്തിലെ സ്തുതി വാക്യം ശിവനെ ആരാധിക്കുന്നതല്ല. ഗുരു വന്ദനാവാചിയാണെന്നു വി കെ ഗുരുക്കൾ സമർത്ഥിച്ചു. അതിൽ സംപ്രീതനായാണത്രെ വി കെ ഗുരുക്കളെ വാഗ്ഭടാനന്ദനെന്നു വിളിച്ചത്. കാണുക, ബ്രഹ്മവ്രതൻ *വാഗ്ഭടാനന്ദഗുരുദേവൻ* പു. 65–66.
10. ബ്രഹ്മവ്രതൻ, *വാഗ്ഭടാനന്ദ ഗുരുദേവൻ*, പു. 75.
11. എ കെ നായർ *ബ്രഹ്മാനന്ദസ്വാമി ശിവയോഗി* പു. 168–169

പശ്ചാത്തലം

മലബാർകാരെല്ലാം മതഭ്രാന്തരാണ്;
ഇവരുടെ വീടുകളത്രയും ഭ്രാന്താലയവും

സ്വാമി വിവേകാനന്ദൻ

> **മ**ലബാറിൽ ഞാൻ കണ്ടതിനേക്കാൾ വലിയ വിഡ്ഢിത്തം ഇതിനുമുമ്പ് ലോകത്തിൽ എവിടെയെങ്കിലുമുണ്ടായിട്ടുണ്ടോ? സവർണ്ണർ നടക്കാറുള്ള തെരുവിൽ പാവപ്പെട്ട പറയനു നടന്നുകൂടാ. പക്ഷേ, മിശ്രമായ ഇംഗ്ലീഷുനാമം അല്ലെങ്കിൽ മുഹമ്മദീയ നാമം സ്വീകരിച്ചാൽ മതി എല്ലാം ഭദ്രമായി. ഈ മലബാർകാരെല്ലാം മതഭ്രാന്തരാണ്. ഇവരുടെ വീടുകളത്രയും ഭ്രാന്താലയവും.[1]

സ്വാമി വിവേകാനന്ദൻ 1897 ൽ മദ്രാസിൽ ചെയ്തൊരു പ്രസംഗത്തിൽ ഇങ്ങനെ ഭ്രാന്താലയമെന്നു അപഹസിക്കത്തക്ക വിധം ഭേദഭാവനകളും അവയുടെ നിലനില്പിനായി മെനഞ്ഞെടുത്ത നിരവധി അനാചാരങ്ങളും കുടികൊണ്ടിരുന്ന ഒരു കാലഘട്ടമുണ്ടായിരുന്നു, കേരളത്തിൽ ബ്രാഹ്മണാധിപത്യം നിലനിർത്തിയ വർണ്ണസമ്പ്രദായം നമ്മുടെ ഉല്പാദന വിതരണ സമ്പ്രദായത്തെപ്പോലും നിയന്ത്രിക്കുംവിധം വളർന്നുവന്നൊരു സാമൂഹ്യവ്യവസ്ഥിതിയായിരുന്നു. ഈ സമ്പ്രദായം വിവിധ ജാതിയിൽപ്പെടുന്ന ജനങ്ങൾ തമ്മിലുള്ള സ്വതന്ത്രമായ ആശയവിനിമയത്തിനു വിലങ്ങുതടിയായി വർത്തിച്ചു. തൊട്ടുകൂടായ്മ, തീണ്ടിക്കൂടായ്മ, ദൃഷ്ടിയിൽ പെട്ടുകൂടായ്മ തുടങ്ങിയ നിരവധി തരം അയിത്തം സൃഷ്ടിക്കുന്ന ദുരവസ്ഥകൾ ഓരോ ജാതിയെയും അതിന്റെ മതിലുകൾക്കുള്ളിൽ അസ്വതന്ത്രരായി ബന്ധിച്ചിരുന്നു. [2]ഇന്ത്യയുടെ മറ്റു ഭാഗങ്ങളിലും അയിത്തം നിലനിന്നിരുന്നു. പക്ഷേ, തൊട്ടുകൂടായ്മയിൽ ഒതുങ്ങിയി

രുന്നു. തീണ്ടിക്കൂടായ്മ കേരളത്തിലെപ്പോലെ, ഇന്ത്യയിൽ മറ്റെവിടെയും ഉണ്ടായിരുന്നില്ല.

ജാതിശ്രേണിയിൽ ഏറ്റവും ഉയർന്ന നിലയിൽ ബ്രാഹ്മണരായിരുന്നു. അവർക്കു പിന്നാലെ നായന്മാർ, യാദവർ, തിയ്യൻ (ഈഴവർ), മുക്കുവൻ, ആശാരി, കൊല്ലൻ തുടങ്ങിയവർ. നായന്മാർക്കു താഴെ വരുന്നവർ, വണ്ണാൻ, പാണൻ, പറയൻ തുടങ്ങിയവർ അതിന്നു പിന്നാലെ ചെറുമർ എന്നറിയപ്പെടുന്ന പുലയരാണ് ഈ ശ്രേണിയിലെ ഏറ്റവും അടിത്തട്ടിൽ. ഓരോ ജാതിക്കാരനും അവന്റെ മേൽജാതിക്കാരനിൽനിന്നു ഇത്രദൂരം വിട്ടുനില്ക്കണമെന്നു വ്യവസ്ഥയുണ്ടായിരുന്നു. പുലയൻ ബ്രാഹ്മണ നിൽനിന്നു മുപ്പത്തിരണ്ട് അടി ദൂരെ മാറി നില്ക്കണം. ഈഴവൻ നായ രിൽനിന്നും പന്ത്രണ്ട് അടിയും ബ്രാഹ്മണനിൽനിന്നും ഇരുപത്തിനാല് അടിയും മാറി നില്ക്കണം. പക്ഷേ, ബ്രാഹ്മണർക്കു നായരിൽനിന്ന് സംബ ന്ധമാകാം. കുളികഴിഞ്ഞാൽ ഭക്ഷണം കഴിക്കുന്നതുവരെ, ജാതിക്ക് പുറ മേയുള്ള ഭാര്യമാരെയോ സന്താനങ്ങളെയോ തൊടാൻ പാടില്ല. അഥവാ തൊട്ടുപോയെങ്കിൽ വീണ്ടും കുളിക്കണം. കീഴ്ജാതിക്കാർ പാകം ചെയ്ത ഭക്ഷണം കഴിക്കാൻ പാടില്ല. പക്ഷേ, പാൽ, വെണ്ണ, തൈര്, നെയ്യ്, തുട ങ്ങിയ സാധനങ്ങൾ കീഴ്ജാതിക്കാർ തയ്യാറാക്കിയാലും ഉപയോഗിക്കാം. അതേ സമയം വെളുത്തേടൻ (അലക്കുകാരൻ) ക്ഷുരകൻ തുടങ്ങിയ വർ മാറി നില്ക്കേണ്ടതില്ല. അവരെ തൊട്ടാൽ മാത്രമേ ബ്രാഹ്മണന് അശു ദ്ധിയുള്ളു. വെളുത്തേടൻ കൊണ്ടുവരുന്ന വസ്ത്രങ്ങൾക്ക് അശുദ്ധിയില്ല. വെളുത്തേടന്റെ മറ്റൊരു അവാന്തര വിഭാഗമായ, വടക്കേമലബാറിലെ വണ്ണാൻ കൊണ്ടുവരുന്ന തുണി ഉടുത്താണ് ഋതുസ്നാനശുദ്ധി വരുത്തു ന്നത്. ബ്രാഹ്മണരും നായന്മാരും ക്ഷേത്രവിഗ്രഹങ്ങൾക്കു ചാർത്തുന്ന വസ്ത്രവും ഇവർ അലക്കിക്കൊണ്ടുവരുന്നതാണ്.

രാജവാഴ്ചക്കാലത്ത് അയിത്തം കല്പിച്ച താഴ്ന്ന ജാതിക്കാർ സവർണ്ണർക്കടുത്തു വരികയാണെങ്കിൽ തൽക്ഷണം അവരെ വെട്ടിനു റുക്കുമായിരുന്നത്രെ. ഉയർന്ന ജാതിക്കാർ നടന്നുപോകുമ്പോൾ വഴിയിൽ ഒരു പ്രത്യേക ശബ്ദം പുറപ്പെടുവിക്കും. ഈ ശബ്ദം കേട്ടാൽ, ആ വഴി യിൽ വരുന്ന താഴ്ന്ന ജാതിക്കാർ ദൂരെ മാറി നില്ക്കണം. മാത്രമല്ല, അധഃ കൃതർക്കു പൊതുവഴികളിലൂടെ സഞ്ചാര സ്വാതന്ത്ര്യം നിഷേധിച്ചിരുന്നു. വിവേകാനന്ദൻ അപഹസിച്ചതുപോലെ പട്ടികൾക്കുപോലും സ്വൈര വിഹാരം ചെയ്യാവുന്ന പാതകളിൽ മനുഷ്യനു സഞ്ചരിക്കാൻ അവകാശം നിഷേധിക്കുന്ന മനുഷ്യത്വരഹിതവും പ്രാകൃതവുമായൊരു വ്യവസ്ഥിതി യായിരുന്നു അന്ന് നിലനിന്നത്.

സമൂഹത്തിന്റെ അടിത്തട്ടിൽ അധഃകൃതരായി കരുതപ്പെട്ട ചെറുമർ ഒരുതരത്തിൽ അടിമകളെപ്പോലെ കണക്കാക്കപ്പെട്ടു. ഏറ്റവും മുകൾത്ത ട്ടിലെ ബ്രാഹ്മണരുടെ സ്വാർത്ഥ താല്പര്യത്തിനായി, ശ്രുതികളും പുരാ ണങ്ങളും കാവ്യങ്ങളുമെല്ലാം സ്വരൂപഭേദം പൂണ്ടുനിന്നു. വേദം, ഉപനി ഷത്ത്, പുരാണേതിഹാസങ്ങൾ തുടങ്ങിയവയുടെ പരിരക്ഷണവും പാരാ

യണവും പഠനവും അബ്രാഹ്മണർക്ക് നിഷേദ്ധ്യമായിരുന്നു. ഇത്തരം ദുഃസ്ഥിതിയിൽ തങ്ങൾക്കു നിഷേധിക്കപ്പെടുന്ന അവകാശങ്ങളെക്കുറിച്ചും മനുഷ്യരെന്ന നിലയിൽ തങ്ങൾക്കു സമൂഹത്തിൽ കിട്ടേണ്ടിയിരുന്ന സ്ഥാനങ്ങളെക്കുറിച്ചും അറിയാനുള്ള കഴിവ് അധഃകൃതർക്ക് തുലോം കുറവായിരുന്നു. വഴി നടക്കാനുള്ള സ്വാതന്ത്ര്യം മാത്രമല്ല, വിദ്യ അഭ്യസിക്കാനുള്ള സ്വാതന്ത്ര്യവും സൗകര്യവും അവർക്കില്ലായിരുന്നു എന്നതാണതിന്റെ മുഖ്യകാരണം. അയിത്തം കല്പിച്ചിരുന്ന അധഃകൃതവർഗ്ഗത്തിൽപ്പെട്ട കുട്ടികൾക്കും പള്ളിക്കൂടത്തിൽ പ്രവേശനമില്ലായിരുന്നു. അവരുടെ സ്ത്രീകൾ ആഭരണമണിയുക. മാറുമറയ്ക്കുക തുടങ്ങിയ കാര്യങ്ങളിൽപോലും സ്വതന്ത്രരായിരുന്നില്ല. ഇന്നത്തെ കാലത്ത് അവിശ്വസനീയമായി തോന്നാവുന്ന 'മുലക്കരം' ചുമത്തുന്ന സമ്പ്രദായം പോലും അക്കാലത്ത് തെക്കൻ കേരളത്തിലെ രാജവാഴ്ചയിൽ നിലവിലുണ്ടായിരുന്നത്രെ.

പത്തൊൻപതാം നൂറ്റാണ്ടിന്റെ ഉത്തരാർദ്ധത്തിൽ ഇന്ത്യയിൽ ഒരു നവോത്ഥാനത്തിന്റെ വേലിയേറ്റമുണ്ടായി. വിദേശ ഭരണത്തിൻകീഴിൽ ഇന്ത്യയിലെ ജനത സാമൂഹ്യമായും ധൈഷണികമായും അസ്വതന്ത്രരായിരുന്നു. സാമൂഹ്യ സാംസ്കാരിക സമുദ്ധാരണം ആ കാലഘട്ടത്തിന്റെ ആവശ്യമായിരുന്നു. ദയാനന്ദസരസ്വതി, രാജാറാംമോഹൻ റോയി, രാമകൃഷ്ണപരമഹംസർ, വിവേകാനന്ദൻ തുടങ്ങിയ നിരവധി മഹാത്മാക്കൾ ഭാരതീയ സമൂഹത്തെ ഉദ്ധരിക്കാനൊരുങ്ങി. ഇത്തരം നവോത്ഥാന പ്രസ്ഥാനത്തിന്റെ അലകൾ കേരളത്തിലും ആഞ്ഞടിച്ചു. ഈ കാലഘട്ടത്തിന്റെ വെല്ലുവിളിയെ നേരിടാൻ കേരളവും തയ്യാറെടുത്തു. ജാത്യാടിസ്ഥാനവ്യവസ്ഥകളും മതത്തിന്റെയും ദൈവത്തിന്റെയും പേരിൽ വളർന്നു വന്ന ദുഷിച്ച ചിന്താഗതികൾ മനുഷ്യത്വത്തെ കാർന്നുതിന്നുകയും മനുഷ്യൻ പരസ്പരം കലഹിക്കുകയും നിന്ദിക്കുകയും ചെയ്യും വിധം അധഃപതിച്ചുപോയ വ്യക്തിജീവിതത്തെയും സമൂഹ ജീവിതത്തെയും ഉദ്ധരിക്കാനായി നാരായണഗുരുവും ചട്ടമ്പിസ്വാമികളും ബ്രഹ്മാനന്ദ ശിവയോഗിയും വാഗ്ഭടാനന്ദനും ദാർശനിക ചിന്താഗതിയും വിപ്ലവ വീര്യവുമുള്ള സാമൂഹ്യ പരിഷ്കർത്താക്കളായി രംഗത്തെത്തി.

പത്തൊൻപതാം ശതകത്തിൽ ഇന്ത്യയുടെ വടക്കുകിഴക്കൻ പ്രദേശങ്ങളിലുണ്ടായ സാമൂഹിക നവോത്ഥാനം സാമ്പത്തിക സാംസ്കാരിക രംഗങ്ങളിൽ ഗതിമുട്ടി നിന്നൊരു കാലത്ത്, കേരളത്തിലെ സാമൂഹിക പരിഷ്കരണ സംരംഭങ്ങളിൽ അതിനു വഴി തെളിയിച്ചവരിൽ സ്വാധീനം ചെലുത്തിയിട്ടുണ്ട്. ചട്ടമ്പിസ്വാമികളിൽ ഈ സ്വാധീനം പരോക്ഷമാണ്. നാരായണഗുരുവിന്റെ വളരെ പ്രശസ്തമായ ചില സിദ്ധാന്തങ്ങളിൽ ബ്രഹ്മസമാജാദർശങ്ങളുടെ സ്വാധീനം പ്രകടമാണ്. ഗുരുവിന്റെ, പ്രസിദ്ധമായ 'ഒരു ജാതി ഒരു മതം ഒരു ദൈവം' എന്ന മുദ്രാവാക്യം ബ്രഹ്മസമാജാദർശങ്ങളിൽ ചിതറിക്കിടക്കുന്ന 'ഏക വർണ്ണം ഏക ഭഗവാൻ ഏക ധർമ്മം' എന്ന സിദ്ധാന്തത്തിന്റെ ദാർശനിക പരിവേഷമാണ്. ബ്രഹ്മാ

നന്ദസ്വാമിയിലും വാഗ്ഭടാനന്ദനിലും ബ്രഹ്മസമാജാദർശങ്ങൾ ഉൾക്കൊള്ളുന്ന സാമൂഹ്യ പരിഷ്കരണ സംരംഭങ്ങളുടെ സ്ഫുലിംഗങ്ങൾ വ്യക്തമായി സ്വാധീനം ചെലുത്തിയിട്ടുണ്ട്. ഇവിടെ, പ്രത്യേകിച്ച് മലബാറിൽ നടമാടിയിരുന്ന അന്ധവിശ്വാസങ്ങൾക്കും അനാചാരങ്ങൾക്കുമെതിരെ ശക്തമായി ആഞ്ഞടിക്കാനുള്ള തന്റേടം ഇവർ നേടിയെടുത്തത് ഒരുപക്ഷേ, ബ്രഹ്മസമാജം ഈ മണ്ഡലത്തിൽ കൈവരിച്ച ചില നേട്ടങ്ങളും ബ്രഹ്മസമാജത്തിന്റെ കോഴിക്കോട് ശാഖയുമായി ഇവർക്കുണ്ടായ സമ്പർക്കവും കാരണമായിരിക്കാം.

ബംഗാളിൽ പിറന്നൊരു മതനവീകരണ സമിതിയാണ് ബ്രഹ്മസമാജം. ആധുനിക ഭാരതത്തിന്റെ പിതാവായി അംഗീകരിക്കുന്ന രാജാറാംമോഹൻ റോയ് ആയിരുന്നു ഇതിന്റെ സൂത്രധാരൻ. ഏക ദൈവ വിശ്വാസത്തിന്റെയും ഏകജാതി സിദ്ധാന്തത്തിന്റെയും സന്ദേശവാഹകനായിരുന്ന റായിയുടെ മതനവീകരണപ്രസ്ഥാനം ഇന്ത്യയുടെ സാമൂഹിക മണ്ഡലത്തിൽ കോളിളക്കം സൃഷ്ടിച്ചു. രവീന്ദ്രനാഥ ടാഗോർ, കേശബ്ചന്ദ്ര സേനൻ തുടങ്ങിയവരുടെ സഹകരണത്തോടെ ബംഗാളിൽ ശക്തി പ്രാപിച്ച ഈ നവീകരണ സമിതിയുടെ പ്രവർത്തനത്താൽ ഉടനടി ചാട്ടം തുടങ്ങിയ അനാചാര ചങ്ങലകളിൽ ബന്ധിക്കപ്പെട്ടിരുന്ന ഭാരതീയ സ്ത്രീത്വത്തിന്റെ മോചനം അദ്ദേഹം സാധിച്ചെടുത്തു. ജാതിപ്പിശാചിന്റെ വിലാസത്തിൽ സാംസ്കാരിക വരൾച്ച ബാധിച്ച കേരളത്തിന്റെ അന്തരീക്ഷം ഈ അഗ്നിജ്വാലയെ ഉൾക്കൊള്ളാൻ പര്യാപ്തമായിരുന്നു.

ഡോ. അയിത്താൻ ഗോപാലനാണ് ബ്രഹ്മസമാജം കേരളത്തിലെത്തിച്ചത്. ഡോക്ടറായി പ്രാക്ടീസ് ചെയ്യുകയായിരുന്ന ഗോപാലന്റെ നേതൃത്വത്തിൽ 1898 ൽ കോഴിക്കോട് ബ്രഹ്മസമാജം പ്രവർത്തനം തുടങ്ങി. ക്രമേണ തിരുവിതാംകൂറിലേക്കും വ്യാപിച്ചു. പില്ക്കാലത്ത് കേരളത്തിൽ എന്തെങ്കിലുമൊരു ഹൈന്ദവ നവീകരണം ശ്രമം നടന്നിട്ടുണ്ടെങ്കിൽ അതിന്റെ പിന്നിൽ ബ്രഹ്മസമാജത്തിന്റെ വിപ്ലവാത്മാവ് പ്രത്യക്ഷമായോ പരോക്ഷമായോ പ്രവർത്തിച്ചിരുന്നുവെന്ന് സ്വാമി ബ്രഹ്മവ്രതൻ വാദിക്കുന്നു.[3]

വർക്കലയിൽ 1921 ഡിസംബർ 28, 29, 30 തീയതികളിൽ നടന്ന ബ്രഹ്മസമാജവാർഷികത്തിലാണത്രെ, കേരളത്തിൽ അറിയപ്പെടുന്ന ആദ്യത്തെ മിശ്രവിവാഹം നടന്നത്. ഗണക സമുദായത്തിലെ ഒരു ബ്രഹ്മസമാജാനുഭാവിയായ പുരുഷനും തിയ്യ സമുദായത്തിലെ സ്ത്രീയും ജാതിയുടെ മതിൽക്കെട്ടുകൾ തകർത്ത് വിവാഹബന്ധത്തിൽ ഏർപ്പെട്ടത് ബ്രഹ്മസമാജത്തിന്റെ ആഹ്വാനമനുസരിച്ചാണ്.[4] ജാതി നിർമ്മാർജ്ജന പ്രക്രിയയുടെ നാന്ദി കുറിച്ച ഈ സംഭവം വാഗ്ഭടാനന്ദനിലും നാരായണഗുരുവിലും സ്വാധീനം ചെലുത്തി എന്നു പറഞ്ഞാൽ അതിശയോക്തിയാവില്ല. ഈ വാർഷികാഘോഷത്തോടനുബന്ധിച്ച് നടന്ന മത സമ്മേളനത്തിൽ അദ്ധ്യക്ഷം വഹിച്ചത് വാഗ്ഭടാനന്ദനായിരുന്നു. മിശ്രവിവാഹത്തിന്റെയും മിശ്രഭോജനത്തിന്റെയും സാമൂഹികാഘാതം നാരായണഗു

രുവും വാഗ്ഭടാനന്ദനും മനസ്സിലാക്കിയത് ഈ ആദ്യ മിശ്രവിവാഹ രംഗത്തോടെയായിരിക്കാം. 'മനുഷ്യനു ഒരു ജാതിയും ഒരു മതവും ഒരു ദൈവവും മാത്രമേ ഉള്ളുവെന്നും വേഷം, ഭാഷ മുതലായവ എന്തുതന്നെ ആയാലും മനുഷ്യരെല്ലാം ഒരു ജാതി ആയതുകൊണ്ട് അവർ തമ്മിൽ പന്തിഭോജനവും പരസ്പര വിവാഹവും ചെയ്യുന്നതിന് ഒരു ദോഷവുമില്ല.' എന്നു ശ്രീനാരായണഗുരു സന്ദേശമെഴുതിയത് ബ്രഹ്മസമാജ വാർഷികവും മിശ്രവിവാഹവുംകൊണ്ടു ചലനാത്മകമായ വർക്കലയിലിരുന്നുകൊണ്ടാണെന്ന് ബ്രഹ്മവ്രതൻ അനുസ്മരിക്കുന്നു.[5]

ഗോവിന്ദമേനോനിൽ ചെറുപ്പത്തിൽത്തന്നെ പലതിനെയും ചോദ്യം ചെയ്യാനുള്ള ചിന്താശക്തി വളർന്നുവന്നിരുന്നു. സ്വന്തം യുക്തിയുടെ ഉരകല്ലിൽ വിശ്വാസങ്ങളുടെ മാറ്റുരച്ചു നോക്കാൻ തുനിഞ്ഞ മേനോൻ തികച്ചും അവിചാരിതമായാണ് ബ്രഹ്മസമാജവുമായി അടുക്കുന്നത്. ഏകദൈവ വിശ്വാസത്തിലധിഷ്ഠിതമായൊരു ബ്രഹ്മസങ്കീർത്തനം മലയാളത്തിൽ രചിക്കാൻ അനുയോജ്യനായ കവിയെത്തേടിയ കോഴിക്കോട് ബ്രഹ്മസമാജ ഭാരവാഹിയായ ഡോ. ഗോപാലൻ ഗോവിന്ദമേനോനെ കാണാനിടയായി.[6] കോഴിക്കോട്ടെ ബ്രഹ്മസമാജത്തിനുവേണ്ടി അദ്ദേഹമെഴുതിയൊരു കീർത്തനം (*ബ്രഹ്മസങ്കീർത്തന*മെന്ന ഒരു ചെറിയ പുസ്തകം) ബ്രഹ്മസമാജവുമായി മേനോനെ ബന്ധപ്പെടുത്തി. ബ്രഹ്മസമാജത്തിൽ ആലപിക്കപ്പെട്ട ആദ്യത്തെ മലയാള കീർത്തനമെന്ന പ്രത്യേകതയുണ്ടിതിന്. ബ്രഹ്മസമാജവുമായി തുടങ്ങിയ ഈ ബന്ധമാണദ്ദേഹത്തെ ബ്രഹ്മാനന്ദസ്വാമിയാക്കിയത്.

കല്ലിലും മണ്ണിലും കനകത്തിലും തീർത്ത വിഗ്രഹങ്ങൾ മനുഷ്യനെ ആശീർവദിക്കാനോ അതുവഴി അവന്റെ ജീവിതത്തെ ഉയർത്തുവാനോ അശക്തങ്ങളാണെന്നു ബ്രഹ്മസമാജം വിശ്വസിച്ചു.

> മനുഷ്യന്റെ ഉയർച്ചയും താഴ്ചയും സ്വന്തം വിചാരഗതിയെ അവലംബിച്ചാണിരിക്കുന്നതെന്നും അതിനാൽ ഉൽകൃഷ്ടവിചാരങ്ങലാണു മനുഷ്യോൽക്കർഷത്തിന്റെ യഥാർത്ഥ നിദാനങ്ങളെന്നും സമാജം പഠിപ്പിച്ചു.[7]

ബ്രഹ്മാനന്ദസ്വാമിയുടെ തീവ്രവാദചിന്തകൾക്ക് സമാജത്തിന്റെ ആദർശങ്ങൾ ആക്കം കൂട്ടാൻ സഹായിച്ചിട്ടുണ്ടാകാം. പക്ഷേ, ഇദ്ദേഹത്തിന്റെ യുക്തിചിന്ത ബ്രഹ്മസമാജവുമായുണ്ടായ സമ്പർക്കത്തിന്റെ സന്തതിയല്ല. തന്റെ ചിന്തകൾക്കു സമാനമായൊരു ചിന്താധാര ബ്രഹ്മസമാജത്തിൽ കണ്ടെത്തിയതാകാം ആദ്യകാലത്ത് ബ്രഹ്മസമാജത്തിൽ മേനോൻ ആകർഷിക്കപ്പെട്ടത്. ബ്രഹ്മസമാജാദർശങ്ങളിലെ യുക്തങ്ങളായ അംശങ്ങളെ സ്വാംശീകരിക്കുമ്പോൾത്തന്നെ അനുപയുക്തങ്ങളായ അംശങ്ങളെ നിശിതമായി വിമർശിക്കാനും നിരാകരിക്കാനും അദ്ദേഹം മടികാണിച്ചിട്ടില്ല. ആര്യസമാജം ബ്രഹ്മസമാജം തുടങ്ങിയ ഹിന്ദുമത നവീകരണ സമിതികളും 'ക്രിസ്ത്യാനിറ്റി' തുടങ്ങിയ മറ്റു മതക്കാരും ഈശ്വ

രനെ സൃഷ്ടി സ്ഥിതി സംഹാര കർത്താവായി കാണുന്നിൽ ഇദ്ദേഹം അമർഷം കൊണ്ടിട്ടുണ്ട്.

കുറിപ്പുകൾ

1. സ്വാമിവിവേകാനന്ദൻ, *വിവേകാനന്ദ സർവ്വസ്വം III* പു. 186–87.
2. പറയരും പുലയരുമുൾക്കൊള്ളുന്ന അധഃകൃതരായിരുന്നു, അയിത്തമെന്ന സമ്പ്രദായത്തിന്റെ തിക്തഫലങ്ങൾ ഏറെ അറിഞ്ഞവർ, മണ്ണുമായി മല്ലിട്ടു കഴിയുന്ന ഇവർ പട്ടിണി കാരണം വൃത്തിഹീനരായിരുന്നു; വിദ്യാഭ്യാസ സൗകര്യങ്ങളുടെ അഭാവത്തിൽ സംസ്കാരശൂന്യരും. അവരെ അകറ്റി നിർത്താനുള്ള മറ്റുള്ളവരുടെ ചിന്തയിൽനിന്ന് ഉയിർകൊണ്ടതായിരിക്കണം 'അയിത്ത'മെന്നു ചില പണ്ഡിതന്മാർ പറയുന്നു. പക്ഷേ, ഈ അധഃകൃതരിൽ ശുചിത്വവും സംസ്കാരവും വന്നപ്പോഴും അയിത്തം ആചാരമായി തുടർന്നു. 'അയിത്തം' അശുദ്ധത്തിന്റെ തത്ഭവമാകാം. കാണുക. എൻ കെ ജോസ്, *പുലയർ ലഹള* (കോട്ടയം, 1982) പു. 139.
3. സ്വാമി ബ്രഹ്മവ്രതൻ, *മഹർഷി വാഗ്ഭടാനന്ദ ഗുരുദേവൻ*, പു. 34.
4. ഗണക സമുദായത്തിലെ പി കുഞ്ഞിരാമനും (ഇദ്ദേഹം ബ്രഹ്മവാദിയായിരുന്നു) തീയ്യ സമുദായത്തിലെ രോഹിണിയും തമ്മിലായിരുന്നു പ്രസ്തുത വിവാഹം. സാധു ശിവപ്രസാദിന്റെ ബ്രാഹ്മണവിധി പ്രകാരമുള്ള പൗരോഹിത്യത്തിലായിരുന്നു വിവാഹം നടന്നത്. കാണുക മേൽച്ചൊന്ന പുസ്തകം പു. 109.
   (ബ്രഹ്മവാദി പി കുഞ്ഞിരാമൻ) ബ്രഹ്മാനന്ദസ്വാമി ശിവയോഗിയെക്കുറിച്ച് ഒരു ലേഖനം *മാതൃഭൂമി*യിൽ എഴുതിയതായി ശ്രീ. നിർമ്മലാനന്ദയോഗി ഓർക്കുന്നു)
5. അതിൽത്തന്നെ.
6. ഈ കീർത്തനത്തിന്റെ രചനയുമായി ബന്ധപ്പെട്ട മേനോൻ സംസ്കൃതത്തിലുള്ള ഉപനിഷത് ഗ്രന്ഥങ്ങൾ അന്വേഷിച്ചുനടന്നു. ഒരു ശൂദ്രന് ഉപനിഷത് കൊടുക്കാൻ കേരളത്തിലെ ബ്രാഹ്മണർ ആരും തയ്യാറായില്ല. അവസാനം ബ്രഹ്മസമാജക്കാർ ബോംബെയിൽനിന്ന് എത്തിച്ചുകൊടുത്തു. കാണുക എ കെ നായർ, *ബ്രഹ്മാനന്ദസ്വാമി* പു. 179. പില്ക്കാലത്ത് മഹാകവി കട്ടമത്ത്, വാഗ്ഭടാനന്ദൻ എന്നിവർ ബ്രഹ്മസമാജത്തിനുവേണ്ടി കീർത്തനങ്ങൾ എഴുതിയിട്ടുണ്ട്.
7. കേരള ഹിസ്റ്ററി അസോസിയേഷൻ, *കേരളചരിത്രം* വാല്യം 2 (തിരുവനന്തപുരം) പു. 558

ആനന്ദാദർശം

ആനന്ദാൽ ഞാൻ ജാതൻ
ആനന്ദംതന്നെ വീടുമെൻ നാടും

– ബ്രഹ്മാനന്ദസ്വാമി ശിവയോഗി

ഒരു ശാസ്ത്രത്തിനും ഇന്നുവരെ വ്യക്തമായി വ്യാഖ്യാനിക്കാൻ കഴിയാത്തവിധം സങ്കീർണ്ണമാണു മനുഷ്യമനസ്സ്. അത് അത്ഭുതകരമായൊരു പ്രതിഭാസമാണ്. ജീവിതത്തിലെ മുഴുവൻ പ്രവർത്തനങ്ങൾക്കും രൂപംനല്കുന്നത് മനസ്സാണ്. മനുഷ്യമനസ്സിന്റെ വികാസത്തിനും സംസ്കരണത്തിനും അനുസരിച്ചാണ് മനുഷ്യന്റെ ചിന്തയും ആശയും അഭിലാഷവും താല്പര്യങ്ങളും– സർവ്വവിധ ചലനങ്ങളും രൂപപ്പെടുന്നത്. ബ്രഹ്മാനന്ദസ്വാമി ശിവയോഗിയുടെ തത്ത്വചിന്തകൾക്കടിസ്ഥാനം മനസ്സ് എന്ന പ്രതിഭാസമാണ്. മാനവജീവിതത്തിന്റെ വിവിധ തുറകളിലെ സർവ്വകൃത്യങ്ങളിലും മനസ്സ് എങ്ങനെ ഭാഗഭാക്കാവുന്നു എന്നതാണ് അദ്ദേഹത്തിന്റെ അന്വേഷണം. മനുഷ്യനിലടങ്ങുന്ന മുഖ്യമായ ഘടകം മനസ്സാണ്. ജീവനും അഹങ്കാരവും ജ്ഞാനവും അഭിമാനവും മനസ്സിൽനിന്നു ഭിന്നമല്ല. അവയെല്ലാം മനസ്സിന്റെ ചലനഭേദത്തിനുള്ള പേരുകളാണ്. സ്വർഗ്ഗനരകവും മോക്ഷവും മനസ്സിൽനിന്നു വ്യത്യസ്തമല്ലെന്നും ഈശ്വരൻപോലും മനസ്സാണെന്ന് അദ്ദേഹം വാദിക്കുന്നു. മനസ്സുതന്നെയാണ് സങ്കല്പം, മനസ്സു തന്നെയാണ് ജീവൻ, മനസ്സുതന്നെയാണ് അഹങ്കാരം എന്ന ഉപനിഷത് വാക്യംപോലെ മനസ്സിനെ മനുഷ്യന്റെ ശത്രുവും മിത്രവുമായി ശിവയോഗി കാണുന്നു: ആശകൊണ്ട് ദുഷിച്ചിരിക്കുന്ന മനസ്സ് തന്റെ ശത്രുവാകുന്നു. ആശയാൽ ദുഷിക്കാത്ത

മനസ്സ് ബന്ധുവും. സ്വാധീനമല്ലാത്ത (തനിക്കു നിയന്ത്രിക്കാൻ കഴിയാത്ത) മനസ്സ് തീർച്ചയായും ശത്രുവാകുന്നു. അതുകൊണ്ട്

> മനസ്സിനെ സ്വാധീനപ്പെടുത്തി ശത്രുദോഷങ്ങളെ നാം തള്ളിക്കളയേണ്ടതാകുന്നു. നല്ല ആലോചനകളും നല്ല പൗരുഷവും നല്ല ജ്ഞാനവുമുള്ള മനസ്സ് തന്റെ ബന്ധവുമായിരിക്കും. അങ്ങനെയുള്ള മനസ്സ് എപ്പോഴും സന്തോഷം കൂടിയതായിരിക്കുകയും ചെയ്യും... ആപത്തുകളാകുന്ന കൊടുങ്കാറ്റുകൾ അടിച്ചാലും പർവ്വതംപോലെ കുലുങ്ങാതിരിക്കുന്ന മനസ്സ് മഹാബന്ധുവും മഹത്തായ ദൈവവുമാകുന്നു. മറ്റൊരു ദൈവത്തെയും ഞാൻ ബഹുമാനിക്കുന്നില്ല. (അടിവര കൂട്ടിച്ചേർത്തത്)[1]

മനുഷ്യന്റെ ദൈവചിന്ത സ്വമനസ്സിനെക്കുറിച്ചുള്ള ഉൽകൃഷ്ടമായ ചിന്തതന്നെയാണ് എന്ന് *ക്രിസ്തുമതത്തിന്റെ സത്ത* എന്ന തന്റെ പുസ്തകത്തിന്റെ ലുഡ്വിഗ് ഫുർബക്ക് പറഞ്ഞത് ഇവിടെ ശ്രദ്ധേയമാകുന്നു.[2]

എല്ലാ നന്മതിന്മയും ഗുണവും ദോഷവും ചെയ്യുന്നത് മനസ്സാണ്. മനസ്സു വിഷയാസക്തമായാൽ വിഷവും ആനന്ദാസക്തമായാൽ അമൃതുമാകുന്നു.[3] മനസ്സിന്റെ വികാരം തന്നെ നരകവും ദുഃഖവും. മനസ്സിന്റെ ലയംതന്നെ സ്വർഗ്ഗവും മുക്തിയും. അതുകൊണ്ടാണ് ശിവയോഗി പറയുന്നത്: 'മനോജയ ഏവ മഹാജയ' എല്ലാ ജീവജാലങ്ങളുടെയും ലക്ഷ്യം ആനന്ദമാണെന്നും മനുഷ്യന് ആനന്ദം മൗലികലക്ഷ്യമാണെന്നുമുള്ള ശിവയോഗിയുടെ ആദർശം ഒരു പ്രസ്ഥാനത്തിനു ബീജാവാപം നല്കി. അതാണ് ആനന്ദാദർശം അഥവാ ആനന്ദമതം.

മതങ്ങളുടെ വിശ്വാസപ്രമാണങ്ങളെയും അവയുടെ ചോദ്യം ചെയ്തുകൂടാത്ത ആധികാരത്വത്തെയും ബുദ്ധിപരമായ ശൂന്യതയെയും ശിവയോഗി അംഗീകരിച്ചിരുന്നില്ല. മതഗ്രന്ഥങ്ങളും മതഭേദങ്ങളും അവതാരകഥകളും ദിവ്യ വെളിപാടുകളും സമൂഹത്തെ ഒരു ദുഷിതവലയത്തിൽ നട്ടം തിരിക്കുന്ന പൗരോഹിത്യ പ്രമാണങ്ങളും പ്രവാചകന്മാരും മതത്തിന്റെ പേരിൽ കാട്ടിക്കൂട്ടുന്ന എല്ലാ യുക്തിഹീനമായ ആചാര കോമാളിത്തങ്ങളും ശിവയോഗിയുടെ യുക്തിയുക്തമായ വിമർശനത്തിനു വിധേയമായിട്ടുണ്ട്.

ഇദ്ദേഹത്തിന്റെ വീക്ഷണത്തിൽ മതം മറ്റൊരു ജയിലാണ്. പക്ഷേ, സാധാരണ ജയിലിനേക്കാൾ ശക്തമാണു മതമെന്ന ജയിൽ. മതാചാര്യന്മാർ ഈ ജയിലിൽവെച്ച് മനുഷ്യരെക്കൊണ്ട് അന്യോന്യം കലഹിപ്പിക്കുന്നു. സാധാരണ ജയിലിൽ, ജയിലർ, വാർഡൻ എന്നിവർ ജയിൽപ്പുള്ളികളെ അന്യോന്യം കലഹിപ്പിക്കുന്നില്ല.

> ഒരു കുടുംബംപോലെ യോജിച്ചിരിക്കേണ്ട ലോകത്തിൽ നാനാമതങ്ങളെയും ജാതികളെയും അനാചാരങ്ങളെയും ഏർപ്പെടുത്തി ശീലിപ്പിച്ച് ഭേദദൃഷ്ട്യാ കലഹിപ്പിക്കുന്ന അഭ്യാസം മത ജയിലിലേ ഉള്ളൂ. മറ്റെ ജയിലുകളിലില്ല.... ചൈതന്യമുള്ള മനുഷ്യരെ ചൈതന്യമില്ലാത്ത ശിലാദിപ്രതിമകൾക്ക് അടിമകളാക്കിയും വ്രതങ്ങളാൽ പട്ടിണിയിൽ പെടുത്തിയും ഉറക്കമൊഴിപ്പിച്ചും അജ്ഞാതകർമ്മ

> ദുഃഖികളാക്കിത്തീർക്കുന്ന അസദ്യാപാരം മതജയിലിൽ അല്ലാതെ മറ്റെ ജയിലിൽ ഇല്ല. ഈശ്വരപ്രാർത്ഥനാദികൾകൊണ്ട് സകലവും സിദ്ധിക്കുമെന്നു കളവു പറഞ്ഞ് പൗരുഷാലോചനകളിൽനിന്ന് പതിപ്പിച്ചും സന്ന്യസിപ്പിച്ച് സമ്പന്നന്മാരെക്കൂടി ഭിക്ഷയെടുപ്പിച്ചും ദുഃഖത്തിൽ ചാടിക്കുന്ന കടുംകൈ മതജയിലിലല്ലാതെ മറ്റെ ജയിലുകളിൽ ഇല്ല. കുടിലുതൊട്ട് കൊട്ടാരംവരെ സർവ്വപ്രജകളെയും ചക്രവർത്തികളെയുംകൂടി കർമ്മശൃംഖലകൊണ്ട് ബന്ധിച്ച് അസ്വതന്ത്രന്മാരാക്കിയിടുവാൻ മത ജയിലിനല്ലാതെ മറ്റു ജയിലുകൾക്കു കഴികയില്ല.[4]

അതുകൊണ്ട് മതത്തിനു സാധാരണമായി കൈവന്നിട്ടുള്ള അർത്ഥത്തിൽ ആനന്ദമതം ഒരു മതമല്ല. ബാഹ്യമായ ആചാരാനുഷ്ഠാനങ്ങളിൽ അധിഷ്ഠിതമാവാതെ, മനുഷ്യന്റെ മൗലികമായ ലക്ഷ്യം ആനന്ദമാണെന്നു വിശ്വസിക്കുകയും ആനന്ദലബ്ധിക്കുവേണ്ട മാർഗ്ഗങ്ങൾ നിർദ്ദേശിക്കുകയും ചെയ്യുന്ന ആദർശസിദ്ധാന്തങ്ങളെ അടിസ്ഥാനമാക്കിയുള്ള ഒരു പ്രത്യേക ജീവിത രീതിയാണ് ആനന്ദമതം.

ആനന്ദാദർശം തത്ത്വത്തിൽ പുത്തനായൊരു സമീപനമല്ല. ആനന്ദം നന്മയാണെന്നു സോക്രട്ടീസ് പറഞ്ഞു. മനുഷ്യജീവിതത്തിന്റെ പരമമായ ലക്ഷ്യം ആനന്ദമാണെന്ന് അരിസ്റ്റോട്ടിലും സിദ്ധാന്തിച്ചു. വേദോപനിഷത്തിലും *ബൈബിളി*ലും *ഖുറാനി*ലും ബുദ്ധ– ജൈന മതഗ്രന്ഥങ്ങളിലും ഈ തത്ത്വമുണ്ട്. പക്ഷേ, മതഗ്രന്ഥങ്ങളിലും മറ്റും കാണപ്പെടുന്ന ഈ ദർശനാംശം യുക്തിയുടെയും അനുഭവത്തിന്റെയും പശ്ചാത്തലത്തിൽ രൂപപ്പെടുത്തിയപ്പോൾ അതൊരു പ്രസ്ഥാനമായി മാറി.

ആസ്തിക്യവാദവും നാസ്തിക്യവാദവും ആനന്ദമതത്തിൽ ചിന്തനീയമായൊരു പ്രശ്നമല്ല. മനുഷ്യനിലും അവനിൽ ഒളിഞ്ഞുകിടക്കുന്ന ശക്തി വിശേഷത്തിലും മാത്രം ദത്തശ്രദ്ധമായ ഒന്നാണീ മതം. സൃഷ്ടി സ്ഥിതി സംഹാര കർത്തൃത്വത്തിലും മുജ്ജന്മ സുകൃതത്തിലും സ്വർഗ്ഗ നരകങ്ങളിലും ഈ മതം വിശ്വസിക്കുന്നില്ല. മനോനിയന്ത്രണത്തിലൂടെ മനഃശാന്തി നേടാമെന്നും അതിലൂടെ ജീവിതവിജയം സാദ്ധ്യമാകുമെന്നും ആനന്ദമതം പഠിപ്പിക്കുന്നു. പക്ഷേ, ഒരഖണ്ഡചൈതന്യം ആനന്ദമതം അംഗീകരിക്കുന്നു. ഓരോ മനസ്സിലും വികസിപ്പിച്ചെടുക്കാവുന്ന ഈ ചൈതന്യത്തിന് ആനന്ദശക്തിയെന്ന് പേര് നല്കുന്നു. അതേസമയം ഈ ചൈതന്യം പൂജകർമ്മാദികളിലൂടെ പ്രസാദിക്കുന്നതല്ലെന്നും നിരന്തരവും ജാഗരൂകവുമായ അഭ്യാസംകൊണ്ടാണ് അതു നേടേണ്ടതെന്നും അതാണു മോക്ഷമെന്നും ആനന്ദമതം വിശ്വസിക്കുന്നു. സകല ജീവജാലങ്ങളും ആ ശക്തിയിൽനിന്നു ജനിക്കുകയും ഇതിന്റെ പ്രേരണയിൽ ജീവിക്കുകയും ഇതിൽ ലയിക്കാൻ പ്രയത്നിക്കുകയും ചെയ്യുന്നു. പ്രകൃതിയിൽ നിന്നു ഭിന്നമല്ല, ഈ ശക്തി. എല്ലാ ജീവജാലങ്ങളിലും കാണുക ഉണ്ടാവുക, വളരുക, നശിക്കുക എന്നീ മൂന്നു അവസ്ഥാഭേദ പ്രക്രിയകളും നടക്കുന്നത് വസ്തുക്കളിൽ അന്തർല്ലീനമായ ശക്തി വിശേഷ

ത്തിന്റെ പ്രവർത്തനം വഴിയാണ്.

അഹിംസയെ പരമമായ ധർമ്മമായും മറ്റെല്ലാ ധർമ്മവും അതിലടങ്ങിയിരിക്കുന്നതായും ആനന്ദമതം കാണുന്നു. അന്യനു ഉപദ്രവം തട്ടാതെ തന്റെ കാര്യം നിർവ്വഹിക്കുന്നതാണ് അഹിംസ.[5] ഹിംസയുള്ളേടത്ത് ആനന്ദമില്ല. ദുഃഖമേയുള്ളൂ. അതിനാൽ ആനന്ദസിദ്ധി (മോക്ഷം) ഹിംസയിൽനിന്ന് അകലെയാണ്. മറ്റാർക്കും വേണ്ടിയല്ലെങ്കിലും സ്വർഗ്ഗ നരകങ്ങളെ മുൻനിർത്തിയല്ലെങ്കിലും സ്വന്തം ജീവിതാനന്ദത്തിനുവേണ്ടിത്തന്നെ മനുഷ്യൻ അഹിംസാ നിഷ്ഠനായിരിക്കണമെന്നും ഈ മതം സിദ്ധാന്തിക്കുന്നു.[6]

നക്ഷത്രത്തെക്കാണാൻ മുരിങ്ങയുടെ ചോട്ടിൽ പോകണമെന്നു പറഞ്ഞതുപോലെയാണ് ആനന്ദത്തെ അനുഭവിക്കാൻ മറ്റു മതത്തിൽ പോകണമെന്നു പറയുന്നത് എന്നാണു ശിവയോഗിയുടെ മതം.[7]

ആനന്ദാദർശം 1892 ൽ മൊട്ടിട്ടു. ക്രമേണ വികസിച്ച് യുക്തിയിലും അനുഭവത്തിലും അധിഷ്ഠിതമായൊരു ജീവിതദർശനമായി, പ്രസ്ഥാനമായി. ജാതിഭേദമില്ലാതെ ലോകത്തിലെ എല്ലാ മനുഷ്യരും ആനന്ദത്തെ കാംക്ഷിക്കുന്നവരാണെന്നതിനാൽ ഭിന്നിച്ചും ഛിദ്രിച്ചും കിടക്കുന്ന ജനസമുദായത്തെ ഏകീകരിച്ച് ഐക്യമത്യത്തിലും സാഹോദര്യത്തിലും പെരുമാറാനുള്ള അവസരം സൃഷ്ടിക്കുകയെന്നത് ഈ മതത്തിന്റെ ലക്ഷ്യങ്ങളിലൊന്നാണ്.

'ആനന്ദ ഏവ വിജയതേ
മനഃസ്വസ്ഥതൈവാനന്ദ
മനോജയ ഏവ മഹാജയഃ
അഹിംസൈവ പരമോധർമ്മഃ
അജ്ഞാന ദുഃഖായൈവയജ്ഞാദി കർമ്മ
ആനന്ദമതമേവ സഹജം സർവ്വേഷാ
മന്യൽ സർവ്വം കല്പിതം

എന്നിവയാണ് ആനന്ദമതത്തിന്റെ അടിസ്ഥാന വാക്യങ്ങൾ.

യുക്തിയുടെയും അനുഭവത്തിന്റെയും പശ്ചാത്തലത്തിൽ മനുഷ്യന്റെയും മറ്റു ജീവജാലങ്ങളുടെയും ലക്ഷ്യം ആനന്ദമാണെന്നു ശിവയോഗി ഇങ്ങനെ സ്ഥാപിക്കുന്നു.

> ആനന്ദംതന്നെ എല്ലാറ്റിലുംമീതെ. ഈശ്വരനില്ലെന്നു വാദിക്കുന്ന നാസ്തികനും ആനന്ദത്തെതന്നെ ആഗ്രഹിക്കുന്നു. ഈശ്വരനെ ആഗ്രഹിക്കുന്നില്ല. അതുകൊണ്ട് ആനന്ദംതന്നെ സർവ്വസമ്മതമായത്. ഈശ്വരഭക്തന്മാരുടെ ആഗ്രഹവും ദുഃഖമല്ല. ആനന്ദം തന്നെയാണ്... സർവ്വ പ്രാണികളും ആനന്ദത്തെ അഥവാ സുഖത്തെ ഇച്ഛിക്കുന്നു. അവ ഈശ്വരനെ ഇച്ഛിക്കുന്നില്ല. അതുകൊണ്ട് ഈശ്വരൻ സർവ്വസമ്മതനല്ലെന്നുവരുന്നു... സാംഖ്യമതക്കാരും ബുദ്ധമതക്കാരും ഈശ്വരനെ പരിഗണിക്കുന്നതേയില്ല. എന്നാൽ

> അവരും ആനന്ദത്തെതന്നെ ആഗ്രഹിക്കുന്നു. ഇപ്രകാരം ആബാലവൃദ്ധം സകല മതക്കാരും പശു, പക്ഷി മുതലായ സർവ്വജന്തുക്കളും എന്നും പ്രകൃത്യാതന്നെ സുഖേച്ഛയോടു കൂടിയവരാണ്.[8]

ആനന്ദം രണ്ടു തരത്തിലുണ്ട്. ബാഹ്യവും ആന്തരവും. ക്ഷണികമാണ് ബാഹ്യമായ ആനന്ദം. ആന്തരമായതാകട്ടെ സുസ്ഥിരവും. മനുഷ്യനല്ലാതെ മറ്റു ജീവജാലങ്ങൾക്ക് ആന്തരികമായ മാനസികാവസ്ഥയില്ലാത്തതിനാൽ ആന്തരാനന്ദം മനുഷ്യനുമാത്രം സാദ്ധ്യമാകുന്നു. മറ്റൊരു വസ്തുവിന്റെയും ആശ്രയമില്ലാതെ തന്നിലിരിക്കുന്ന ആനന്ദമാണ് മഹത്തരം. യഥാർത്ഥ ആനന്ദം സ്വന്തം മനസ്സിന്റെ നിരന്തരാഭ്യാസത്തിലൂടെ നേടുന്ന മനോനിയന്ത്രണമാണ്. അതിന് ജഗത്തിന്റെ ഉല്പത്തി ലയന ചിന്തകളൊന്നും ആവശ്യമില്ല.[9] മനസ്സിന്റെ സ്വസ്ഥതയിൽ മാത്രമേ ഈ നിജാനന്ദം (അക്ഷയാനന്ദം) കരസ്ഥമാക്കാൻ സാധിക്കുകയുള്ളൂ. ഈശ്വരനെ ഭജിക്കുന്നതുകൊണ്ട് ഇതു കൈവരുമെന്നു ശിവയോഗി വിശ്വസിക്കുന്നില്ല. തന്നിലുള്ള ആനന്ദത്തെ പുറമേയുള്ള ഈശ്വരപൂജകൊണ്ട് കണ്ടെത്താനൊക്കില്ല.

കുറിപ്പുകൾ

1. ബ്രഹ്മാനന്ദസ്വാമി ശിവയോഗി, *ആനന്ദാദർശം*, (ആലത്തൂർ, 1960) പു. 220–22.
2. William S Sahakin & Mabel Lews is Sahakin, *Ideas of the Great Philosophers*. (London 1966) P-91 എടുത്ത് ചേർത്തത്.
3. ബ്രഹ്മാനന്ദ സ്വാമി ശിവയോഗി, *ആനന്ദവിമാനം* ആലത്തൂർ 1986) പു. 28
4. *ആനന്ദാദർശം* പു. 77–78
5. ‘അന്യനുപദ്രവം തട്ടാതെ, തന്നുടെ കാര്യം
   കഴിക്കുന്നത് തന്നെ അഹിംസ
   അതിങ്കലെല്ലാം ധർമ്മം നന്നായടങ്ങിപ്പോയ്’
   കാണുക, ബ്രഹ്മാനന്ദസ്വാമിശിവയോഗി, *സിദ്ധാനുഭൂതി* (ആലത്തൂർ 1977) പു. 45
6. എ കെ നായർ, *ബ്രഹ്മാനന്ദസ്വാമി* പു. 188
7. *ആനന്ദാദർശം* പു. 6
8. അതിൽത്തന്നെ, പു. 130–31
9. അതിൽത്തന്നെ പു. 126

വിഗ്രഹാരാധനയ്ക്കെതിരെ

ക്ഷേത്രങ്ങൾ ചുറ്റിയാൽ ഗാത്രമാകും
ക്ഷേത്രത്തിൻ പൂട്ടു തുറക്കുകില്ല.
ഗാത്രേ വസിക്കുന്ന ദേവനെക്കാണില്ല
ആർത്തി നശിക്കില്ല...

ബ്രഹ്മാനന്ദസ്വാമി ശിവയോഗി

സംഘടിതമതങ്ങൾ പ്രചരിപ്പിച്ച ഈശ്വരസങ്കല്പങ്ങൾ മനുഷ്യപുരോഗതിക്ക് യുക്തമല്ലെന്ന് ശിവയോഗി കരുതി. അത്തരം സങ്കല്പങ്ങളെയും നിഗമനങ്ങളെയും പലപ്പോഴായി നിരവധി വാദമുഖങ്ങളിലൂടെ അദ്ദേഹം ഖണ്ഡിച്ചു.[1] അവയിൽ പ്രധാനപ്പെട്ടവ ഇവിടെ ചുരുക്കി വിവരിക്കുന്നു (1) ഈശ്വരൻ സൃഷ്ടിസ്ഥിതി സംഹാരകർത്താവല്ല. (2) ഈശ്വരൻ സർവ്വശക്തനല്ല. (3) ഈശ്വരൻ രക്ഷകനല്ല. (4) വിഗ്രഹങ്ങൾ മനുഷ്യനെ അനുഗ്രഹിക്കുവാനും മനുഷ്യജീവിതത്തെ ഉയർത്തുവാനും അശക്തങ്ങളാണ്. അതുകൊണ്ട് വിഗ്രഹാരാധനയും പൂജാദികർമ്മങ്ങളും അർത്ഥശൂന്യമാണ്. അനുഭവങ്ങളെ സാക്ഷി നിർത്തിക്കൊണ്ടാണ് അദ്ദേഹം വാദിക്കുന്നത്:

> വ്യാധി, ദാരിദ്ര്യം, അകാലമരണം, ഭൂകമ്പം, അനാവൃഷ്ടി, അതിവൃഷ്ടി, കൊടുങ്കാറ്റ്... പരസ്പരഹിംസ മുതലായവയാൽ സങ്കടസമുദ്രത്തിൽ മുങ്ങിവലഞ്ഞ് മനുഷ്യൻ ഈശ്വരനെ വിളിച്ച് പ്രാർത്ഥിച്ചിട്ടും ആർത്തനാദം പുറപ്പെടുവിച്ചിട്ടും ഒരു നിവൃത്തിയും കിട്ടാതെ അന്നും ഇന്നും നശിക്കുന്നു... ലോകപ്രകൃതിയെയും യേശുക്രിസ്തു മുതലായ മഹാഭക്തന്മാർക്ക് കിട്ടിയ സങ്കടാവസ്ഥ

> യെയും വച്ചുനോക്കിയാൽ ഭക്തവാത്സല്യാദി ഗുണങ്ങളോടുകൂടിയ ഒരു ദൈവമുണ്ടെന്നു മോഹിക്കാൻ അവകാശമുണ്ടോ? ജാതി മതഭേദങ്ങൾ മനുഷ്യകല്പിതമാണ്; സഹജമല്ല. ഇല്ലാത്തതാണ് എന്ന ഒരു ജ്ഞാനം കൂടി ഭക്തന്മാർക്ക് കൊടുക്കാത്ത ഈശ്വരൻ സർവ്വ സമ്പത്തിനെയും ആത്മജ്ഞാനത്തെയും കൊടുക്കും കൊടുത്തിട്ടുണ്ട് എന്നുള്ള പ്രമാണങ്ങളെ പിന്തുടർന്ന് അന്ധവിശ്വാസകൂപത്തിൽ പതിച്ച് ദുഃഖിക്കാൻ അവകാശമുണ്ടോ? ഇല്ല. മതവിശ്വാസികളുടെ കൊട്ടിനും താളത്തിനും കാഴ്ചദ്രവ്യത്തിനും പ്രാർത്ഥനയ്ക്കും പായസാദി പദാർത്ഥങ്ങൾക്കും അനുസരിച്ച് കളിക്കുന്ന വികാരിയല്ല, ദൈവം.[2]

കരിമ്പ് കയ്ക്കുന്നില്ല. എപ്പോഴും കരിമ്പിന്റെ രസം മധുരമാണ്. അതുപോലെ എല്ലാ ജനങ്ങളെയും രാഗദ്വേഷാദി ദോഷങ്ങളില്ലാതെ നിത്യസുഖികളായി സൃഷ്ടിച്ചിരുന്നെങ്കിൽ ലോകത്തിൽ പാപകർമ്മങ്ങളുണ്ടാവില്ല. പക്ഷേ, അനുഭവം മറിച്ചാണ്. നിരപരാധികളായ സൃഷ്ടികളെയല്ല, സൃഷ്ടിക്കുന്നവനെയാണ്, അതുകൊണ്ട്, ശിക്ഷിക്കേണ്ടത് എന്നദ്ദേഹം സമർത്ഥിക്കുന്നു. ദുഷ്ടരെ സംഹരിച്ച് ശിഷ്ടരെ രക്ഷിക്കാൻവേണ്ടി ഓരോ കാലത്തും ഈശ്വരൻ അവതരിക്കുന്നുവെന്നു പറയുന്നു. സങ്കല്പം കൊണ്ടുതന്നെ, രക്ഷിക്കാനും ശിക്ഷിക്കാനും ശക്തനായ ഈശ്വരന് ഇങ്ങനെ അവതരിക്കേണ്ടതില്ല. വിലക്കപ്പെട്ട കനി തിന്നതിന്ന് ആദവും ഹവ്വയും ശിക്ഷിക്കപ്പെട്ടു. അതോടെ പാപികളായിത്തീർന്ന മനുഷ്യരെ രക്ഷപ്പെടുത്താൻ ഈശ്വരൻ ക്രിസ്തുവിന് ജന്മം നല്കി. വെറും അനുഗ്രഹംകൊണ്ടുതന്നെ മനുഷ്യരെ പാപവിമുക്തരാക്കാൻ ദൈവത്തിനു കഴിവുണ്ടെങ്കിൽ പിന്നെ എന്തിന് ഭക്തനായ യേശുവിനെ ബലികൊടുത്തു എന്ന് ശിവയോഗി സംശയിക്കുന്നു. പാശ്ചാത്യ ദാർശനികൻ എപ്പിക്കുറസ്സ് ഇത്തരത്തിൽ ചിന്തിച്ചിട്ടുണ്ട്. എപ്പിക്കുറസ് പറയുന്നു:

> ഈ ലോകത്തിൽനിന്ന് തിന്മയെ ഈശ്വരന് മാറ്റാമായിരുന്നു. ഒരു പക്ഷേ, ഈശ്വരന് അതിന് കഴിവില്ല. ചിലപ്പോൾ അദ്ദേഹത്തിന്ന് കഴിവുണ്ടെങ്കിലും അദ്ദേഹമതിന് തുനിയുന്നില്ല. അദ്ദേഹത്തിന് തിന്മയെ ദൂരീകരിക്കാൻ ശക്തിയും ഇച്ഛയുമില്ലെന്നിരിക്കാം. ഈശ്വരന് ഇച്ഛയുണ്ട്: ശക്തിയില്ലാതെയാണെങ്കിൽ ഈശ്വരന്റെ ദൗർബല്യത്തെ പ്രഖ്യാപിക്കുകയാണ്. ശക്തിയുണ്ട്; ഇച്ഛയാണില്ലാത്തതെങ്കിൽ ഈശ്വരൻ പരിഹാസപാത്രമാവണം. ശക്തിയുമില്ല, ഇച്ഛയുമില്ലെങ്കിൽ ഈശ്വരൻ ദുർബ്ബലനും ചീത്തയുമാണ്. എവിടെനിന്ന് വന്നുതിന്മ? എന്തുകൊണ്ട് ഈശ്വരൻ ജാതി തടയുന്നില്ല? എന്നീ ചോദ്യങ്ങൾ ഒരു ചിന്താശീലനെ നാസ്തിക വാദത്തിലേക്ക് നയിക്കുന്നു.

ശിവയോഗി വിഗ്രഹാരാധനയ്ക്കെതിരെ നിരവധി ചോദ്യങ്ങളു

യർത്തുന്നുണ്ട്. പായസാദി നിവേദ്യങ്ങളെക്കൊണ്ട് ജനങ്ങൾ ഈശ്വരനെ ഊട്ടുന്നതെന്തിന്? ഈശ്വരൻ വിശപ്പും ദാഹവുംകൊണ്ട് വലയുന്നുണ്ടോ? ഈശ്വരവിഗ്രഹങ്ങളെ കുളിപ്പിക്കുന്നതെന്തിന്? ഈശ്വരന്റെ ദേഹം (?) അഴുക്കു പുരണ്ടതാണോ? അപ്പോൾ അദ്ദേഹം പരിശുദ്ധനല്ലെന്നു വരില്ലേ? ആദർശത്തിന്റെ ദിവ്യപരിവേഷം നല്കി മനുഷ്യന്റെ ഇച്ഛാശക്തിയെയും മാനസിക വികാസത്തെയും തടസ്സപ്പെടുത്തുന്ന വിശ്വാസപ്രമാണ പദ്ധതികളിലൂന്നിയ മതങ്ങളുടെ സമീപനത്തിനു നേരെയാണ് ഈ ചോദ്യ ശരങ്ങൾ തൊടുത്തുവിടുന്നത്.

ആദികാരണമാണ് ഈശ്വരൻ എന്നതിലും അദ്ദേഹം യോജിക്കുന്നില്ല. ലോകസൃഷ്ടിക്കും ഒരു കാരണമുണ്ട്. അഥവാ കർത്താവുണ്ട് – ഈശ്വരനുണ്ട് എന്നു ഊഹിച്ചത് അനർത്ഥമായെന്നദ്ദേഹം കരുതുന്നു. പുത്രനു പിതാവ് കാരണം എന്ന നിലയിൽ കാര്യകാരണസിദ്ധാന്തം നീണ്ടുപോകുമ്പോൾ ദൈവത്തിനു കാരണം എന്ത് അഥവാ ദൈവത്തെ സൃഷ്ടിച്ചതാര് എന്ന ചോദ്യമുത്ഭവിക്കും. ലോകത്തിലുള്ള കാര്യങ്ങളെല്ലാം അതത് കർത്താക്കന്മാരിൽ (കാരണങ്ങളിൽ) നിന്നുണ്ടായതായി കാണപ്പെടുന്നു. കാരണമില്ലാതെ കാര്യമില്ല. അതിനാൽ ഈ ലോകവും ഒരു കാരണത്തിൽനിന്നുണ്ടായതാകണം. ആ കർത്താവ് (കാരണം) ഈശ്വരനാണ് എന്ന് അനുമാനിക്കുന്നത് ശരിയല്ലെന്നാണ് അദ്ദേഹത്തിന്റെ വാദം. പ്രപഞ്ചം സ്വഭാവേന പ്രവർത്തിക്കുന്നു.

> പ്രത്യക്ഷ പ്രമാണത്തിൽനിന്നാണ് അനുമാന പ്രമാണമുണ്ടാകുന്നത്. അടുക്കളയിൽ പുക കാണപ്പെടുന്നു. അഗ്നിയും കാണപ്പെടുന്നു. അങ്ങനെ ഒരിടത്ത് കണ്ടതുകൊണ്ടാണ് പുകയുള്ളേടത്ത് തീയുണ്ടെന്നനുമാനിക്കുന്നത്. അപ്രകാരം ആദിയിൽ ഈശ്വരൻ ലോകസൃഷ്ടി ചെയ്യുന്നതായി ആരും കണ്ടിട്ടില്ല. ഉണ്ടെങ്കിൽ മാത്രമേ ഈ ലോകം കാണുമ്പോൾ ഇതീന്നൊരീശ്വരൻ കർത്താവായിട്ടുണ്ടെന്ന് അനുമാനിക്കാൻ ഹേതുവുള്ളൂ.[4]

ഇദ്ദേഹത്തിന്റെ ആദ്യകാല കൃതികളിലൂടെ കടന്നുവരുമ്പോൾ ചില സംശയങ്ങൾ ഉദിച്ചേക്കാം. ആദ്യകാലകൃതികളിൽ ഹൈന്ദവസങ്കല്പത്തിലുള്ള ഈശ്വരാരാധന തുടിക്കുന്നു. *ശിവയോഗരഹസ്യം* ഈശ്വര പ്രാർത്ഥനയാണ്. സ്ത്രീവിദ്യാപോഷിണിയുടെ തുടക്കത്തിലും സൃഷ്ടിസ്ഥിതി കർത്താവായ ഈശ്വരനെ നമിക്കുന്നു. *ആനന്ദകല്പദ്രുമം* പൂർണ്ണമായും സുബ്രഹ്മണ്യനെ സ്തുതിക്കുന്ന സ്തോത്രങ്ങളുടെ സമാഹാരമാണ്. ഈശ്വരൻ വികാരിയല്ലെന്നും വ്യക്തിസ്വരൂപനല്ലെന്നുമുള്ള ശിവയോഗിയുടെ പില്ക്കാലത്തെ വാദങ്ങൾക്കു വിരുദ്ധങ്ങളാണിവ. ഇത്തരം വൈരുദ്ധ്യങ്ങളെ ചൂണ്ടിക്കാണിക്കുന്നവർക്ക് *ആനന്ദവിമാന*ത്തിൽ ശിവയോഗി മറുപടി നല്കുന്നുണ്ട്.

മന്ത്രങ്ങളെയും സ്തോത്രങ്ങളെയും എന്നല്ല ദൈവത്തെക്കൂടി

> സ്മരിക്കാതെ മനസ്സിനെ വെക്കേണ്ടവിധം വെച്ചാൽ മുക്തിയെ പ്രാപിക്കാൻ കഴിയുമെന്നുള്ള ജ്ഞാനവിശേഷം എനിക്ക് ഇപ്പോൾ സിദ്ധിച്ചിരിക്കുന്നു.[5]
>
> എന്റെ സ്തോത്രങ്ങളുടെ പരമാർത്ഥത്തെയും മോക്ഷ പ്രദീപ ത്തിലെ ശക്തിമാഹാത്മ്യത്തെയും മനസ്സിരുത്തി നോക്കിയാൽ ഞാൻ മൂർത്തിഭേദക്രമത്തെയും ബാഹ്യോപാസനാഭ്രമത്തെയും ഉണ്ടാക്കിയിട്ടില്ല; ഒരേ ശക്തിയെ തന്നെ പല നാമങ്ങൾക്കൊണ്ട് സ്തുതിച്ചിരിക്കുന്നു; ആ ശക്തിയിൽത്തന്നെ മനസ്സിനെ ലയിപ്പി ക്കേണ്ടത് ഗാത്രക്ഷേത്രം വഴിയാണ്, ബാഹ്യക്ഷേത്രം വഴിക്കല്ല എന്നു തെളിയും.[6]

ഇവിടെ ഒരുകാര്യം വ്യക്തമാകുന്നു. തന്റെ ആദ്യകാല ചിന്തക ളിൽനിന്നു വളരെ ദൂരം സഞ്ചരിച്ചാണ് ആനന്ദാദർശത്തിലെ സിദ്ധാന്ത ങ്ങളിൽ അദ്ദേഹം എത്തിച്ചേർന്നത്. ഒരു തരത്തിൽ ഈ വ്യതിയാനം അദ്ദേഹത്തിന്റെ യുക്തി ചിന്തയിലെ പുരോഗതിയെ സൂചിപ്പിക്കുന്നു.

ആനന്ദാദർശത്തിൽ ദൈവാസ്തിത്വം ചിന്തനീയമായൊരു വിഷയ മല്ല.

ആസ്തികന്മാർ പറയും പ്രകാരം ഒരു ദൈവം ഇരുന്നുകൊള്ളട്ടെ. നാസ്തികന്മാർ പറയും പ്രകാരം ഒരു ദൈവം ഇല്ലെന്നുവന്നുകൊള്ളട്ടെ. ദൈവമതം മനുഷ്യർക്ക് ദുഃഖമാണ്. മഹാനന്ദമെന്ന മുക്തിപദം മനോ ലയമാണ്.[7]

ഈ മനോലയമാണ് രാജയോഗം.

കുറിപ്പുകൾ

1. *ആനന്ദാദർശ*ത്തിലെ 'ഈശ്വരദർശനപ്രകരണ'മെന്ന അദ്ധ്യായ ത്തിൽ ഇവ വിശദമായി പ്രതിപാദിക്കുന്നു. പു. 1–53 വിഗ്രഹാരാ ധനാ ഖണ്ഡന (1916)ത്തിലും *മോക്ഷപ്രദീപ*ത്തിലും വിഗ്രഹാരാധ നയുടെ നിരർത്ഥകതയെക്കുറിച്ച് ശിവയോഗി പറയുന്നുണ്ട്.
2. *ആനന്ദാദർശം* പു. 5
3. കാണുക, ഡോ. ആൽബർട്ട് നമ്പ്യാപറമ്പിൽ (സമ്പാ:) *ഈശ്വര ദർശനം* (കൊച്ചി, 1969) പു. 133
4. *ആനന്ദാദർശം,* പു. 115
5. *ആനന്ദവിമാനം* പു. 33
6. അതിൽത്തന്നെ, പു. 30
7. *ആനന്ദാദർശം* പു. 339

സാക്ഷാൽക്കാരം

ചിത്തം ചലിക്കികിൽ സംസാരമായി
ചിത്തം ലയിക്കുകിൽ മോക്ഷവുമായി

– ബ്രഹ്മാനന്ദസ്വാമി ശിവയോഗി

മനുഷ്യമനസ്സിന്റെ പരമോന്നതമായ വികാസമാണ് സാക്ഷാൽക്കാരം. അതാണ് യോഗം. യോജിക്കപ്പെടുക എന്നാണ് യോഗം എന്ന വാക്കിന്റെ അർത്ഥം. ഉപനിഷത്തുക്കളിലും പില്ക്കാല വേദാന്തദർശനങ്ങളിലും ജീവാത്മാവും പരമാത്മാവും തമ്മിലുള്ള ഐക്യമാണു യോഗം എന്ന പദംകൊണ്ട് ഉദ്ദേശിക്കുന്നത്. സാംഖ്യയോഗ ദർശനങ്ങളിൽ യോഗം എന്ന പദം വിയോഗത്തെ സൂചിപ്പിക്കുന്നു. പ്രകൃതിയിൽനിന്നുള്ള വേർപാടിലാണ് പുരുഷനു കൈവല്യപ്രാപ്തിയുണ്ടാകുന്നത് അഥവാ പ്രകൃതിയോടുള്ള സമ്പർക്കമില്ലാതിരിക്കലാണു മുക്തി എന്നാണിവിടെ വിവക്ഷ.

കർമ്മയോഗം, ജ്ഞാനയോഗം, ഭക്തിയോഗം, രാജയോഗം എന്നിങ്ങനെ നാലുവിധത്തിൽ യോഗത്തെ തരംതിരിച്ചിട്ടുണ്ട്. ഹംയോഗവും കുണ്ഡലിനിയോഗവും ഇക്കൂട്ടത്തിൽ പെടുന്നില്ല. യോഗത്തെക്കുറിച്ചുള്ള ആധികാരിക ഗ്രന്ഥമാണു *യോഗസൂത്രങ്ങൾ,* ഇതിന്റെ കർത്താവ് പതഞ്ജലിയാണ്. ചിത്തവൃത്തി നിരോധം എന്നാണ് പതഞ്ജലി യോഗത്തിനു നല്കുന്ന നിർവ്വചനം.

പ്രകൃതിയും പുരുഷനും സാംഖ്യയോഗ ദർശനങ്ങളിലെ പരമവും അനാദിയുമായ രണ്ടു തത്ത്വങ്ങളാണ്. പ്രകൃതി പ്രപഞ്ചത്തിന്റെ ആദികാരണമാണ്. പുരുഷൻ നിർഗുണനാണെങ്കിലും ചൈതന്യ സ്വരൂപനാണ്. പ്രകൃതി പ്രത്യേക തത്ത്വമല്ല. സത്വം, രജസ്സ്, തമസ്സ് എന്നീ ഗുണങ്ങളുടെ സമാനാവസ്ഥയാണ്. ഈ മൂന്നു ഗുണങ്ങളും ചേതനയുടെ പ്രേരണയാൽ പ്രവർത്തിക്കുമ്പോൾ അത് സമാന അവസ്ഥ ഉപേക്ഷിച്ച് വിഷ

യാവസ്ഥയിലേക്കു നീങ്ങുന്നു. ഇതിന്റെ ആദ്യഫലമാണ് മഹത് (ബുദ്ധി) മഹത്ത്വത്തിൽനിന്ന് അഹങ്കാരവും അഹങ്കാരത്തിൽനിന്നു തന്മാത്രയും പുറത്തും അകത്തുമുള്ള ഇന്ദ്രിയങ്ങളുമുണ്ടാകുന്നു. ആന്തരിക ഇന്ദ്രിയമാണ് മനസ്സ്. പുറത്തെ ഇന്ദ്രിയം പത്താണ്. അഞ്ചു കർമ്മേന്ദ്രിയങ്ങളും അഞ്ചു ജ്ഞാനേന്ദ്രിയങ്ങളും. തന്മാത്രകളിൽനിന്നാണു ഭൂമി തുടങ്ങിയ സകല ഭൂതങ്ങളുടെയും സൃഷ്ടി ഉണ്ടാവുന്നത്. ചേതനാപുരുഷനെ ജീവാത്മാവെന്നും പരമാത്മാവെന്നും രണ്ടായി പറയുന്നു.[3] ബുദ്ധി, അഹങ്കാരം, മനസ്സ് എന്നീ മൂന്നു തത്ത്വങ്ങൾ അടങ്ങുന്ന അന്തഃകരണത്തെയാണ് പതഞ്ജലിചിത്തമെന്ന പദംകൊണ്ട് വിവക്ഷിക്കുന്നത്.

ഇന്ദ്രിയനിഗ്രഹവും മനോനിഗ്രഹവും പരമലക്ഷ്യപ്രാപ്തിക്ക് അനിവാര്യമാണ്. ഇതാണ് ചിത്തവൃത്തിനിരോധം എന്ന് പതഞ്ജലി പറയുന്നത്. ചിത്തവൃത്തി നിരോധത്തിലൂടെ ജനിക്കുന്ന പ്രജ്ഞ പുരുഷനെ സഹജമായ ചിത്സ്വരൂപത്തോടെ വർത്തിക്കാൻ പ്രാപ്തനാക്കുന്നു. ഇത്തരമൊരവസ്ഥയെ പ്രാപിക്കാൻ നിർദ്ദേശിക്കപ്പെടുന്ന എട്ടുഘട്ടങ്ങളുള്ള കഠിനവും ഏകാഗ്രവുമായ ശിക്ഷണത്തെ അടിസ്ഥാനമാക്കിയാണ് പതഞ്ജലിയുടെ യോഗത്തെ അഷ്ടാംഗയോഗമെന്നു വിളിക്കുന്നത്. യമം, നിയമം, ആസനം, പ്രാണായാമം, പ്രത്യാഹാരം, ധാരണ, ധ്യാനം, സമാധി എന്നിവയാണ് എട്ട് അംഗങ്ങൾ. യമവും നിയമവും യോഗാസനത്തിനുള്ള പശ്ചാത്തലമൊരുക്കലാണ്. അഹിംസ, സത്യം, അസ്തേയം, ബ്രഹ്മചര്യം, അപരിഗ്രഹം എന്നിങ്ങനെ യമങ്ങൾ അഞ്ചുതരത്തിലുണ്ട്. അന്യരുടെ സ്വത്ത് അപഹരിക്കാതിരിക്കലാണ് അസ്തേയം. അത്യാവശ്യമല്ലാത്തവയെ പരിത്യജിക്കലാണ് അപരിഗ്രഹം. നിയമങ്ങളുമുണ്ട് അഞ്ചുവിധം. ശൗചം, സന്തോഷം, സംതൃപ്തവും ആശകളുമില്ലാത്ത അവസ്ഥയാണ്. വിശപ്പ്, ദാഹം, ചൂട്, തണുപ്പ് എന്നിവയെ അവഗണിക്കലാണ് തപസ്സ്. തത്ത്വശാസ്ത്രപഠനമാണ് സ്വാദ്ധ്യയം ഇതോടൊപ്പം പ്രതിപക്ഷഭാവന മൈത്രി, കരുണ തുടങ്ങിയ ഗുണങ്ങളും ശീലിക്കണം.

ജ്ഞാനത്തിന്റെയും കർമ്മത്തിന്റെയും സംഘടിത ഫലമാണ് മോക്ഷം. (ജ്ഞാനകർമ്മസമുച്ചയം) എന്ന വാദം അദ്വൈതം അംഗീകരിക്കുന്നില്ല. ജ്ഞാനം കൊണ്ടുമാത്രം മോക്ഷം (ജ്ഞാനാദ് ഏക കൈവല്യം) എന്നതാണ് ശങ്കരദർശനത്തിലെ വാദം. ശങ്കരന് ഈ പരമാർത്ഥ ജ്ഞാനമാണ് യഥാർത്ഥജ്ഞാനം മുക്താവസ്ഥ. അതുകൊണ്ട് വ്യവഹാരാവസ്ഥ അജ്ഞാനാവസ്ഥയാണ്. അവാച്യമായ ആനന്ദാനുഭൂതിയാണ് മുക്താവസ്ഥ.

പ്രവൃത്തി നിവൃത്തി എന്നീ രണ്ടു വൈദിക ധർമ്മങ്ങളും ആദ്ധ്യാത്മിക ജീവിതത്തിന്റെ രണ്ടു വശമായി ശങ്കരൻ വീക്ഷിക്കുന്നു. പ്രവൃത്തി സാമൂഹ്യ പ്രവർത്തനമാണ്. നിവൃത്തി ആന്തരിക ധ്യാനവും.[4] യഥാർത്ഥമായ സാമൂഹ്യ നന്മയും ആദ്ധ്യാത്മിക മോചനവും ഈ ദ്വിമുഖ ധർമ്മത്തിന്റെ ലക്ഷ്യമാണ് എന്ന് ഭഗവദ്ഗീതാഭാഷ്യം അവതാരികയിൽ അദ്ദേഹം സൂചിപ്പിക്കുന്നു. ഈ വിധത്തിലുള്ള വേർതിരിക്കൽ മനുഷ്യ

ഹൃദയത്തിന്റെ ആകാംക്ഷകളേയും താല്പര്യങ്ങളെയും അടിസ്ഥാനപ്പെടുത്തിയതായിരുന്നെന്ന് രംഗനാഥാനന്ദസ്വാമികൾ പറയുന്നു.[5] നിവൃത്തി പൂർണ്ണമായും നൈഷ്കർമ്മ്യമാണ്. ബ്രഹ്മസാക്ഷാൽക്കാരമാണിത്. ഇവിടെ മനുഷ്യർ അഹംബോധത്തിന് അതീതനാകുന്നു. പരമാർത്ഥാവസ്ഥയെന്ന സമാധിയിലെത്താനുള്ള മാർഗ്ഗമായി, ധർമ്മാധർമ്മങ്ങളുൾപ്പെടെ സർവ്വ കർമ്മങ്ങളിൽനിന്നും നിവർത്തനം അനുഷ്ഠിക്കാൻ അദ്വൈതികൾ അനുശാസിക്കുന്നു. പരിപൂർണ്ണ സന്ന്യാസത്തിലുള്ള ബ്രഹ്മജ്ഞാനം ലഭിച്ചവനെ സ്ഥിതപ്രജ്ഞൻ എന്നു വിളിക്കുന്നു. ലൗകിക പ്രലോഭനങ്ങൾക്ക് കീഴടങ്ങാത്തവന് ഒന്നിനോടും പ്രതിപത്തിയില്ല. സ്വശരീരത്തോടുപോലും അവനാണ് ജീവമുക്തൻ.

സ്ഥിതപ്രജ്ഞൻ ജീവമുക്തനാണെന്ന് വിശിഷ്ടാദ്വൈതത്തിന്റെ വക്താവായ രാമാനുജൻ സമ്മതിക്കുന്നില്ല. ആദ്ധ്യാത്മിക ജീവിതത്തിന്റെ ഉന്നതതലത്തിൽ എത്തിയ ഭക്തനാണ് സ്ഥിതപ്രജ്ഞൻ. 5എ വിദേഹമുക്തൻ ശരീരത്തിൽനിന്നും മുക്തനായവനാണ്. മരണം കൈവരിച്ചവനാണ്. ജീവന്മുക്തനല്ല. മുക്തിക്കുള്ള ഉപായം ജ്ഞാനമല്ല, ഭക്തിയാണ്. ഭക്തിമൂലം മുക്തിദായകമായ ജ്ഞാനം ലഭിക്കുന്നു. രാമാനുജന്റെ സിദ്ധാന്തത്തിൽ ഭക്തിയുടെ പരമകാഷ്ഠയായ പരമഭക്തിയിലാണ് മുക്തി. ഇതിന് ഏഴു മാർഗ്ഗങ്ങൾ ഇദ്ദേഹം നിർദ്ദേശിക്കുന്നു. വിവേകം (ആഹാര-ശരീരശുദ്ധി) വിമോകം (വികാരനിയന്ത്രണം), അഭ്യാസം (നിരന്തരമായ ഈശ്വരചിന്ത), ക്രിയ-സ്വാദ്ധ്യായം (പിതൃക്കളോടും സഹജീവികളോടുമുള്ള കർത്തവ്യനിർവ്വഹണം, വേദജ്ഞാനം, കല്യാണം (സത്യം, ആർജ്ജവം, ദയ, ദാനം, അഹിംസ) അനുവസാദം (പ്രസന്നത, പ്രത്യാശ, ഉന്മേഷം) അനുന്ധത (ഔദ്ധത്യരാഹിത്യം, സമചിത്തത) എന്നിവയാണ് സാധക സപ്തകം.

പുരുഷ പ്രകൃതിതത്ത്വങ്ങളെക്കുറിച്ചൊന്നും ശിവയോഗി പ്രതിപാദിക്കുന്നില്ലെങ്കിലും, മനസ്സാണ് തന്റെ വിവിധ ചേഷ്ടകളിലൂടെ പുരുഷചൈതന്യത്തെ ആവരണം ചെയ്യുന്നത് എന്നും അതിനാൽ മനോനിഗ്രഹം വേണമെന്നുമുള്ള പതഞ്ജലി യോഗത്തിന്റെ അടിസ്ഥാന സ്വഭാവത്തിൽനിന്നും ശിവയോഗിയുടെ രാജയോഗത്തിലേക്ക് ബഹുദൂരമില്ല. പക്ഷേ, ചൈതന്യം മനസ്സിൽനിന്നും വേറിട്ടു നില്ക്കുന്നതായി ശിവയോഗി പൂർണ്ണമായും സമ്മതിക്കുന്നില്ല. *മോക്ഷപ്രദീപ*ത്തിൽ ജീവാത്മാ-പരമാത്മാ ഐക്യമാണ് യോഗമെന്നു പറയുന്നുണ്ടെങ്കിലും *ആനന്ദാദർശ*ത്തിൽ അദ്ദേഹം മനസ്സിന്റെ നിശ്ചലതയെയാണ് യോഗമെന്നു പറയുന്നത്. മനസ്സിന്റെ ലയനമാണ് യോഗം. കൂടിച്ചേരലല്ല. അത് ഒരുതരം അവാച്യമായ അനുഭൂതിയാണ്.

രാജയോഗം എന്ന പദത്തിന് രാജിക്കുന്ന (ശോഭിക്കുന്ന) യോഗം എന്നാണ് ശിവയോഗി അർത്ഥം നല്കുന്നത്. രാജയോഗത്തിൽ കർമ്മകാണ്ഡം കൂടിക്കലർത്തിയതിൽ ശിവയോഗിക്ക് അമർഷമുണ്ട്. ജ്ഞാനകർമ്മ സമുച്ചയമല്ല യഥാർത്ഥ രാജയോഗം. മനസ്സു ചെയ്യുന്നത് ആത്മാ

വിന് ബാധകമല്ലെന്ന വേദാന്തഭാഗത്തെ ശിവയോഗി തള്ളിക്കളയുന്നു ണ്ടെങ്കിലും. ഇവിടെ പൂർണ്ണമായും ശങ്കരനോട് യോജിക്കുന്നു. മനോമാത്ര സാദ്ധ്യമായ രാജയോഗത്തിന് അഷ്ടാംഗ യോഗാദികൾ വേണമെന്നതു ശരിയല്ലെന്നും അദ്ദേഹം പറയുന്നു.[6] അങ്ങനെയാണെങ്കിൽ കണ്ണു കൊണ്ട് സൂര്യനെ കാണാനൊക്കില്ല. അതിനും അഷ്ടാംഗയോഗാദികൾ വേണ്ടിവരും. വ്യക്തിയുടെ ആത്മസാക്ഷാൽക്കാരത്തിന്, അതിർവരമ്പുകളുള്ള വിവിധ ഘട്ടങ്ങൾ ഇദ്ദേഹം നിർദ്ദേശിക്കുന്നില്ലെങ്കിലും അഹിംസ, പ്രതിപക്ഷഭാവന, മൈത്രി, അനുകമ്പ തുടങ്ങിയ സദ്ഗുണങ്ങളെല്ലാം ശിവയോഗി അംഗീകരിക്കുന്നുണ്ട്. അഹിംസ അദ്ദേഹത്തിന്റെ ഏറ്റവും പ്രിയങ്കരമായ മുദ്രാവാക്യമാണ്. അനാചാര അന്ധവിശ്വാസങ്ങളുടെ ആവരണങ്ങളിൽനിന്നു മുക്തി നേടുന്നവനുമാത്രമേ ജ്ഞാനലഭ്യതയ്ക്ക് അർഹതയുള്ളൂ. മറ്റൊരുതരത്തിൽ പറഞ്ഞാൽ രാജയോഗ പരിശീലനം നേടുന്നവൻ അനാചാരങ്ങളെ സ്വീകരിക്കില്ല.

കർമ്മയോഗം പ്രാർത്ഥനാദികർമ്മങ്ങളാണെന്നു പറയുന്നതിൽ ശിവയോഗിക്ക് വിശ്വാസമില്ല. ഒരർത്ഥത്തിൽ ഹഠയോഗമാണ് കർമ്മയോഗം. പക്ഷേ, ഹഠയോഗം പ്രാണായാമകർമ്മങ്ങളാണ്. ഹഠയോഗം അറിയുന്ന ശിവയോഗി ഹഠയോഗത്തിന്റെ സാദ്ധ്യതകളെ തള്ളിക്കളയുന്നില്ല. പക്ഷേ, നിരക്ഷരകുക്ഷിയെപ്പോലും മുക്തിക്കു പ്രാപ്തനാക്കാൻ യോഗത്തിനു സാധിക്കുമെന്നു വാദിക്കുന്ന ഇദ്ദേഹം ഹഠയോഗം സാധാരണ ജനങ്ങൾക്കു സുഖദവും പ്രായോഗികവുമല്ലെന്നു കരുതുന്നു. മാത്രമല്ല.

> അജ്ഞാനജന്യമായ സംഘടിത മതകർമ്മങ്ങളെ അടിച്ചുടയ്ക്കുവാനുള്ള യുക്തിജ്ഞാനങ്ങൾ ഹഠയോഗംകൊണ്ട് സാധിക്കുകയില്ല. അക്കാരണത്താലും ഹഠയോഗം ഞാൻ പരിഗണിച്ചിട്ടില്ല. ആലോചനാശക്തിയും യുക്തിചിന്തയും രാജയോഗ പരിചയവും ഏവനുണ്ടോ അവൻ അയുക്തത മാമൂലുകളെ ഹനിക്കും. കേവലം രാജയോഗി മാത്രമായിരുന്നാൽ അയാൾക്ക് അയുക്തമായ മാമൂലുകളെ ഖണ്ഡിക്കാൻ പ്രയാസമായിരിക്കും. എന്നാൽ രാജയോഗത്താൽ മനോജയവും ആത്മാനന്ദ സിദ്ധിയും ഉണ്ടായിരിക്കുകയും ചെയ്യും. എങ്കിലും ആലോചനാശക്തിയും യുക്തിചിന്തയും ഇല്ലാത്ത രാജയോഗിക്ക് അയുക്തമതങ്ങളെ ഖണ്ഡിക്കുവാനും യുക്തമതത്തെ സ്ഥാപിക്കുവാനും കഴിയില്ല.[7]

മനസ്സിനെയാണ് വശീകരിക്കേണ്ടത്. മനഃശക്തിയാണ് കുണ്ഡലിനീശക്തിയും ജീവനുമെന്ന് ശിവയോഗി വാദിക്കുന്നു. മനസ്സു നിശ്ചലമാക്കുക എന്നത് ഒരുതരത്തിൽ മനോനിഗ്രഹം തന്നെ. ഇതു സാധിക്കണമെങ്കിൽ വിഷയവിരക്തി വേണം. ഇവിടെ മനുഷ്യന്റെ ശത്രുവും മിത്രവുമായിത്തീരുന്ന മനസ്സിന്റെ വികാസത്തെക്കുറിച്ചുള്ള വിശുദ്ധ *ഖുറാനി*ലെ പരാമർശം ശ്രദ്ധേയമാണ്. *ഖുറാൻ* മനുഷ്യമനസ്സിന്റെ മൂന്നു ഘട്ടങ്ങളെ

ക്കുറിച്ചു പരാമർശിക്കുന്നുണ്ട്. 1) തിന്മയിലേക്കു പ്രേരിപ്പിക്കുന്ന മനസ്സ് ഭൗതികാവശ്യങ്ങളുടെ പൂർത്തീകരണത്തിന്നുള്ള വ്യഗ്രതയിൽ, നിലനില്പിനുള്ള സ്വാർത്ഥതയിൽ മനുഷ്യൻ തിന്മ ചെയ്യുന്നു. 2) ആക്ഷേപിച്ചുകൊണ്ടിരിക്കുന്ന മനസ്സ് അറിവിലൂടെ ദൈവിക മാർഗ്ഗദർശനം ലഭിച്ച മനുഷ്യന്റെ സംസ്കരിക്കപ്പെടുന്ന മാനസികാവസ്ഥയാണിത്. ഈ അവസ്ഥയിൽ തിന്മ ചെയ്യുമ്പോൾ സ്വയം ഗുണദോഷിക്കുന്നു 3) സംതൃപ്തമായ മനസ്സ് അറിവും ദൈവീക മാർഗ്ഗദർശനവും കണ്ടെത്തിയ മനസ്സ്. ഈ മനസ്സ് എല്ലാ സ്വാർത്ഥതയിൽനിന്നും തിന്മയിൽനിന്നും മുക്തമാണ്. തന്റെ നാഥനിലേക്ക് (അല്ലാഹുവിലേക്കു) ചേരാനുള്ള മനസ്സ് പക്ഷേ, പലരും രണ്ടാം ഘട്ടത്തെ അതിജീവിക്കാൻ പാടുപെടുന്നു. സ്വയം ശാസനയ്ക്കു വിധേയരായാലും അത്തരം മനസ്സുമായിത്തന്നെ വളരെക്കാലം കഴിയുന്നു. ക്രമേണ സ്വയം ഗുണദോഷിക്കാനുള്ള കരുത്ത് നഷ്ടപ്പെടുന്നു. വിഷയവിരക്തികൊണ്ട് മനസ്സിനെ തന്നിൽത്തന്നെ നിർത്താനുപദേശിക്കുന്ന ശിവയോഗിയുടെ വീക്ഷണം പരിമിതമായൊരർത്ഥത്തിൽ *ഖുറാനിൽ* പരാമർശിക്കപ്പെടുന്ന രണ്ടാം ഘട്ടത്തെ അതിജീവിക്കലാണ്. ഭയം, പരിഭ്രമം, വിദ്വേഷം, ശത്രുതാബോധം, പ്രതികാരബുദ്ധി ഇവയെല്ലാം മനസ്സിനെയും ശരീരത്തെയും തുല്യനിലയിൽ ബാധിക്കുന്നു. ആപത്തിലേക്കും നാശത്തിലേക്കും നയിക്കുന്ന ഇത്തരം ദുർഗ്ഗുണങ്ങളെ അടക്കി നിർത്താൻ കഴിയണം. ഹീനവികാരങ്ങൾ ശാശ്വതമായ ആനന്ദപ്രാപ്തിക്കു വിരുദ്ധങ്ങളാണ്. മനസ്സിന്റെ അത്തരം ദുശ്ചേഷ്ടകളെ അകറ്റാനാണ് ശിവയോഗി മനോനിയന്ത്രണം നിർദ്ദേശിക്കുന്നത്. അഭ്യാസവും വൈരാഗ്യവുമാണ് രാജയോഗത്തിലേക്കുള്ള പടവുകളെന്നു പതഞ്ജലിയോടൊപ്പം ശിവയോഗിയും കരുതുന്നു.

മനോനിയന്ത്രണം സാധിച്ചെടുക്കുന്ന പ്രായോഗിക രീതിയെക്കുറിച്ച് അദ്ദേഹം വിവരിക്കുന്നതു നോക്കുക.

> പുരികങ്ങളുടെ മദ്ധ്യത്തിൽ ഊർദ്ധ്വഭാഗത്തിൽ ഫാലാന്തത്തിൽ മനസ്സിനെ നിർത്തി പ്രാണായാദി കർമ്മങ്ങൾ കൂടാതെ നിശ്ചലമായിരിക്കുക. മനസ്സ് ചലിക്കാതെ ആകുമ്പോൾ അവിടെ ആ ബിന്ദുവിൽ സൂര്യൻ, ചന്ദ്രൻ, വഹ്നിനക്ഷത്രം, മിന്നൽ മുതലായ ജ്യോതിസ്സുകളെ കാണാം. അനന്തവിസ്മയങ്ങൾ ദർശിക്കാം. ശംഖം, വീണ, വേണു മുതലായവയുടെ മനോഹരമായ നാദത്തെ കേട്ടുകൊണ്ട്, മണിവിളക്ക് സൂര്യൻ മുതലായ അത്ഭുതമായ ജ്യോതിർലിംഗങ്ങളെ കണ്ടുകൊണ്ട് ധൂപം, പുഷ്പം മുതലായവയുടെ സുഖത്തെ ആഘ്രാണം ചെയ്തുകൊണ്ട് അപ്രകാരം സ്പർശസുഖത്തെയും അനുഭവിക്കാം. ബ്രഹ്മരന്ധ്രത്തിൽനിന്നു കീഴ്പോട്ടു ദ്രവിക്കുന്ന രസത്തെ അനുഭവിച്ചുകൊണ്ട് സന്തോഷലഹരിയിൽ മനസ്സനങ്ങാതെ അവാച്യമായ നിജാനന്ദത്തിൽ ലയിക്കാം.[8]

മനോലയത്തിലേക്കു നയിക്കുന്ന അനുഭവങ്ങൾ മേലെ പറഞ്ഞതരത്തിൽ ഒരുമിച്ചുണ്ടാകണമെന്നില്ലെന്നു ശിവയോഗി മറ്റൊരിടത്ത് സൂചിപ്പിക്കുന്നു.[9]

1. ചിലപ്പോൾ ചന്ദ്രൻ, സൂര്യൻ, അഗ്നി, നക്ഷത്രം മിന്നൽ ഇവയോട് *സദൃശമായും* (അടിവര കൂട്ടിച്ചേർത്തത്) പരിപൂർണ്ണ ജ്യോതിസ്സോട് കൂടിയ നിജതേജസ്സിനെ കണ്ടുകൊണ്ട് മനസ്സ് ലയിക്കും.

2. നിജമായ സ്പർശസുഖത്തെയും സുഗന്ധസുഖത്തെയും അനുഭവിച്ചുകൊണ്ട് നിശ്ചലമായിനിന്നു തന്റെ നാശമില്ലാത്ത പദത്തിൽ ചിലപ്പോൾ മനസ്സു ലയിക്കും.

3. ചിലപ്പോൾ തനിച്ച് ആനന്ദത്തെ ഇടതടവില്ലാതെ അനുഭവിച്ചുകൊണ്ട് അഖണ്ഡമായും നിസ്തുലമായും ഇരിക്കുന്ന തന്നിൽ ലയിക്കുന്നു. നാദം, ജ്യോതിസ്, സുഗന്ധം, സ്പർശനം തുടങ്ങിയവ കൂടാതെയുള്ള കേവലാനന്ദത്തെ അനുഭവിച്ചുകൊണ്ടുതന്നെ.

പതഞ്ജലിയുടെ യോഗത്തിൽ ഏകാഗ്രത കൈവന്ന മനസ്സിന്റെ അവസ്ഥയായ സമാധി രണ്ടുതരമുണ്ട്. ഒന്നാമത്തേത് ലക്ഷ്യത്തിലേക്കുള്ള ചവിട്ടുപടിയാണ്. രണ്ടാമത്തേത് ലക്ഷ്യവും. ഒന്നാമത്തെ അവസ്ഥയിൽ സത്വഗുണ പ്രധാനമായ ബുദ്ധി പ്രവർത്തിക്കുന്നു. രണ്ടാമത്തെ അവസ്ഥയായ കൈവല്യത്തിൽ ബുദ്ധി പ്രവർത്തിക്കുന്നില്ല. പതൃറുലി യോഗത്തിലെ കൈവല്യാവസ്ഥ ന്യായ വൈശേഷിക ദർശനത്തിലെ അപവർഗ്ഗാവസ്ഥപോലെ വെറും ദുഃഖനിവൃത്തിയാണ്. അതിൽ ആനന്ദാനുഭൂതിയില്ല. അപവർഗ്ഗാവസ്ഥയിൽ സുഖദുഃഖാദി ഗുണങ്ങളില്ല. അത്, ബോധാവസ്ഥയല്ല. പക്ഷേ, കൈവല്യം ബോധാവസ്ഥയാണ്.[10]

പരിപൂർണ്ണമായ ആനന്ദാനുഭൂതിയാണ് ശിവയോഗിയുടെ രാജയോഗം അദ്ദേഹത്തിന്റെ രാജയോഗം ആനന്ദരാജയോഗമാണ്. പക്ഷേ, അത്തരമൊരു അനുഭൂതി സമാധിയിൽ മാത്രമാണെന്ന് അദ്ദേഹം കരുതുന്നില്ല. മരണാനന്തര മോക്ഷത്തിൽ ശിവയോഗി വിശ്വസിക്കുന്നില്ല. ദുഃഖമില്ലാത്ത പദവിയും ആനന്ദപ്രാപ്തിയും മരിച്ചശേഷം കിട്ടേണ്ടതല്ല. അത് ജീവിച്ചിരിക്കുമ്പോഴാണ് സ്വായത്തമാക്കേണ്ടത് എന്നാണിദ്ദേഹത്തിന്റെ വാദം.

> പരമാനന്ദവും മുക്തിയും ഇവിടെത്തന്നെയാണ് അനുഭവിക്കേണ്ടത്. മരണാനന്തരമുള്ള മുക്തിവേദ പ്രമാണങ്ങളാൽ അറിയപ്പെട്ടു എന്നാണെങ്കിൽ ആ അറിവിനെ യുക്തമായ മൂഢവചനം എന്ന് വിചാരിക്കണം.[11]

ഈ മനോലയം സാധിച്ചവനാണ് ജീവന്മുക്തൻ. പക്ഷേ, ആനന്ദാനുഭവം എളുപ്പത്തിൽ സാധിക്കില്ല. ഒരിക്കൽ സാധിച്ചതുകൊണ്ട് എക്കാലവും നിലനില്ക്കുകയില്ല. സുസ്ഥിരമായ ആനന്ദാനുഭവത്തിന് നിരന്തര പരിശീലനം അനിവാര്യമാണ്. അതാണ് രാജയോഗാഭ്യാസം. ശിവയോഗിയുടെ രാജയോഗത്തിന്റെ പ്രത്യേകത ഒന്നു വേറെ തന്നെയാണ്.

പൗരാണിക ഗ്രന്ഥങ്ങളിലോ ആധുനികന്മാരുടെ ഗ്രന്ഥങ്ങളിലോ

പ്രതിപാദിക്കുംപോലെ ശാഖോപശാഖകൾ നിറഞ്ഞതോ അടിമുടികൾ വേർതിരിഞ്ഞ് കാണാത്തതോ ആയ ഒന്നല്ല ശിവയോഗിയുടെ രാജ യോഗം. ഏതു വ്യത്യസ്ത സംസ്കാരങ്ങൾക്കും ഒത്തിണങ്ങാവുന്നതും എന്നാൽ ഒരിക്കലും പാഴായിപ്പോകാത്തതുമായ എത്രയോ കുറച്ചു കാര്യ ങ്ങൾ മാത്രം – മിനിമം പരിപാടി– എന്നു മാത്രം പറയാം. ഉൾക്കൊള്ളു ന്നതാകുന്നു അതിന്റെ സാധനാപദ്ധതി. 'സാധകന്മാരെ അമ്പരപ്പിക്കാൻ മാത്രം പ്രയോജനപ്പെട്ടിരുന്ന പല ഇടവഴികളെയും ആ യോഗവിദ്യാമർമ്മ ജ്ഞൻ മൂച്ചുവെച്ച് അടച്ചു. ഏതൊരാൾക്കും എളുപ്പത്തിൽ എപ്പോഴും സഞ്ചരിക്കാൻ സാധിക്കത്തക്കവണ്ണം വളവുതിരിവുകളെല്ലാം തട്ടിനീക്കി രാജയോഗമാർഗ്ഗത്തെ ഋജുവും വിശാലവുമായ ഒരു രാജപാതയാക്കി മാറ്റി. ഇത്രയും പരിവർത്തനപരവും അതേസമയം ശാസ്ത്രവിധേയവും ഉപകാരപ്രദവും ധീരവുമായ ഒരു നവീകരണസംരംഭം യോഗസാധനക ളുടെ ചരിത്രത്തിൽ വേറെയൊന്ന് കാണാൻ പ്രയാസമാണ്.[12]

കുറിപ്പുകൾ

1. കപില മഹർഷി, *സാംഖ്യദർശനം*, 6.52 (കോട്ടയം, 1980) പു. 89.
2. പതഞ്ജലിയുടെ *യോഗസൂത്രങ്ങൾ* ഒരു സ്വതന്ത്രകൃതിയല്ല. അക്കാ ലത്ത് നിലവിലുണ്ടായിരുന്ന യോഗസമ്പ്രദായങ്ങളെ സമന്വയിപ്പിച്ച തത്ത്വചിന്തയുമായി ഘടിപ്പിക്കുകയാണ് അദ്ദേഹം ചെയ്തതെന്ന്. ഡോ. ഇ ഐ വാര്യർ, പാതഞ്ജലയോഗത്തിലെ മിസ്റ്റിക് വശങ്ങൾ എന്ന പ്രബന്ധത്തിൽ പറയുന്നു. കാണുക, ഡോ. ആൽബർട്ട് നമ്പ്യാ പറമ്പിൽ (സമ്പാ) മിസ്റ്റിസിസം ദാർശനിക ദൃഷ്ടിയിൽ (കോട്ടയം 1980) പു. 102–114.
3. *സാംഖ്യദർശനം* 1:61, പു. 12–13.
4. രംഗാനന്ദസ്വാമികൾ, *മാറുന്ന സമൂഹത്തിനു അനിവാര്യമായ ശാശ്വത മൂല്യങ്ങൾ!* (തൃശൂർ 1987) പു. 174. 5. അതിൽത്തന്നെ പു. 175.

5എ. ഡോ. ജെ കട്ടയ്ക്കൽ, *അക്വീനാസ് ശങ്കരരാമാനുജ് മദ്ധ്വദർശന ങ്ങളും* (കോട്ടയം, 1984) പു. 225 കാണുക.

6. *ആനന്ദാദർശം* പു. 305. വാഗ്ഭടാനന്ദനും പ്രാണായാമം, രൂപധ്യാനം തുടങ്ങിയ മാർഗ്ഗങ്ങളെ അനാവശ്യമായി കരുതുന്നു. കാണുക. വാഗ്ഭടാനന്ദൻ, ആത്മവിദ്യ (കണ്ണൂർ, 1980) പു. 103–121.
7. എ കെ നായർ മുൻ ചൊന്ന പുസ്തകം, പു. 354
8. അതിൽത്തന്നെ
9. *ആനന്ദാദർശം,* പു. 354
10. ഡോ. ഇ ഐ വാര്യർ, മേൽ ചൊന്ന പ്രബന്ധം
11. എ കെ നായർ മുൻ ചൊന്ന പുസ്തകം, പു. 143. *ആനന്ദാദർശം,* പു. 337.
12. കെ സി എൻ വാഴുന്നവർ (പില്ക്കാലത്ത് രാമേശ്വരാനന്ദപുരി) ശിവ യോഗി സോവനീർ 1954.

മനസ്സും ആത്മാവും

നിർഗ്ഗുണവും സഗുണവും മനസ്സു
തന്നെ... മനസ്സിൽനിന്നു വേറെ
ഒരാത്മാവില്ല.

– ബ്രഹ്മാനന്ദസ്വാമി ശിവയോഗി

തത്ത്വചിന്തയിൽ, മനസ്സിന്നു പ്രമുഖമായൊരു സ്ഥാനമുണ്ട്. മനസ്സ് ചില ചിന്തകർക്ക് പദാർത്ഥമാണ്. ജീവിക്കുന്ന മനുഷ്യശരീരത്തിന്റെ സമ്മിശ്രമായ അവസ്ഥകളുടെ ശൃംഖലയാണ് മറ്റു ചിലർക്ക്. മനസ്സ് ഒരു തരം ശക്തിയാണെന്നും ഊർജ്ജത്തിന്റെ രൂപമാണെന്നുമാണ് വേറെ ചിലരുടെ പക്ഷം.

പദാർത്ഥമാണെന്ന് കരുതുന്നവരിൽത്തന്നെ ചിലർക്ക് അത് ആത്മീയവസ്തുവാണ്, ഭൗതികമല്ല. ഭൗതികവാദികൾക്ക് ഓർഗാനിക്ക് മാറ്റർ (ജൈവപദാർത്ഥം) കൊണ്ടുണ്ടാക്കിയ ജീവികളുടെ തലയോട്ടിനകത്തുള്ളൊരു ഭൗതികവസ്തുവാണ്) മനസ്സ്.[1] മസ്തിഷ്കപ്രവർത്തനത്തിന്റെ ഒരു കൈവഴി എന്ന നിലയിലാണ് ഇവർ മനസ്സിനെ കാണുന്നത്.[2] വ്യൂഹസങ്കല്പപ്രകാരം ശരീരത്തിന്റെ മൊത്തം പ്രവർത്തനത്തിന്നു നല്കുന്ന ഒരു പൊതു സംജ്ഞയാണ് മനസ്സ്. അതുകൊണ്ട് ശരീരത്തിൽനിന്നും വേറിട്ടൊരു അസ്തിത്വം മനസ്സിന്നില്ല.

പല ദാർശനിക സിദ്ധാന്തങ്ങളിലും മനസ്സും ആത്മാവും ഒന്നായി ചിത്രീകരിക്കപ്പെടുന്നു. ചിലേടങ്ങളിൽ ആത്മാവിന്റെ ഭാഗമായി മാത്രം മനസ്സിനെ കാണുന്നു. ഇവ രണ്ടും തികച്ചും വ്യത്യസ്തമായി, രണ്ടായി കാണുന്നവരുമുണ്ട്. പക്ഷേ, അവരിൽ പലരും മനസ്സിനെ അംഗീകരിക്കുന്നതോടൊപ്പം ആത്മാവിന്റെ അസ്തിത്വം നിഷേധിക്കാനുള്ള വ്യഗ്രതയിലാണങ്ങനെ ചെയ്യുന്നത്. ചില തത്ത്വചിന്തകർ ഒരു പിടികൂടി

മുന്നോട്ടുപോകുന്നു. എല്ലാ സൃഷ്ടികൾക്കും മനസ്സോ ആത്മാവോ ഉണ്ടെന്നു വിശ്വസിക്കുന്നവരാണിവർ. യന്ത്രമനുഷ്യനുപോലും ചിന്തിക്കാനുള്ള കഴിവുള്ളതിനാൽ അവയ്ക്ക് മനസ്സുണ്ടെന്നു വാദിക്കുന്നവരുമുണ്ട്. മനസ്സ് പലപ്പോഴും വ്യക്ത്യധിഷ്ഠിതമാകണമെന്നില്ല. കുടുംബങ്ങൾ തമ്മിലുള്ള കുടിപ്പക, സമൂഹ മനസ്സാക്ഷി, വർഗ്ഗസമരം എന്നീ പദങ്ങൾ മനസ്സ് എന്ന സങ്കല്പത്തിന് വ്യക്ത്യധിഷ്ഠിതയുടെ പരിമിതി ഇല്ലാതാക്കുന്നു.[2]

അന്യോന്യം ഏറ്റുമുട്ടുന്ന ഇത്തരം സിദ്ധാന്തങ്ങളെ വിശകലനം ചെയ്യുമ്പോൾ മനസ്സിന്റെ സ്വഭാവത്തെക്കുറിച്ച് നമുക്ക് കിട്ടുന്ന അറിവ് പലപ്പോഴും സങ്കീർണ്ണമായിരിക്കും. മനസ്സും ആത്മാവും ഒന്നാണോ എന്ന കാര്യത്തെക്കുറിച്ചുള്ള ചിന്ത നമുക്കു കൂടുതൽ സംശയങ്ങൾക്കിട നല്കും. ചില സന്ദർഭങ്ങളിൽ അവ ഒന്നാണ്. മറ്റു ചിലപ്പോൾ വ്യത്യസ്തമായും അറിയപ്പെടുന്നു. മനസ്സ് മനനം ചെയ്യാനുള്ളതാണ്. അതു നമ്മുടെ ധീഷണയുമായി ബന്ധപ്പെടുന്നു. പക്ഷേ, ആത്മാവ് മനനം ചെയ്യാനുള്ള ഒരു അവയവമെന്നു പറയുമ്പോൾ അത് നിരർത്ഥകമാവും. കാരണം ആത്മാവിനും മനസ്സിനുള്ളതുപോലെ കഴിവുകളില്ല. ഗുണങ്ങളില്ല.

ബ്രഹ്മാനന്ദശിവയോഗി, മനുഷ്യന്റെ ആന്തരികമണ്ഡലത്തിലെ പരമപ്രധാനമായ സ്ഥാനം മനസ്സിനു നല്കി. മനസ്സിനെക്കുറിച്ചുള്ള ശിവയോഗിയുടെ സിദ്ധാന്തങ്ങളിൽ വാഗ്ഭടാനന്ദൻ അപാകതകൾ കണ്ടെത്തിയതായി സ്വാമി ബ്രഹ്മവ്രതൻ പറയുന്നു.[4] ശിവയോഗിയുടെ *ആനന്ദാദർശ*ത്തോട് പ്രതികരിച്ചുകൊണ്ട് പ്രസിദ്ധീകരിക്കപ്പെട്ട *ആദ്ധ്യാത്മയുദ്ധം* മനസ്സിനെക്കുറിച്ചുള്ള ശിവയോഗിയുടെ സിദ്ധാന്തങ്ങളെ നിരാകരിച്ചു. മനസ്സാണ് മനുഷ്യന്റെ ആന്തരികമണ്ഡലത്തിലെ പരമമായ വസ്തുവെന്നും അതിനപ്പുറം മറ്റൊന്നുമില്ലെന്നും പറയുമ്പോൾ അത് വ്യക്തമായും ആത്മാവിനെ നിഷേധിക്കലാവും. മനസ്സിനെ നിശ്ചലമാക്കുകമാത്രമായൊരഭ്യാസക്രമം ജഡികമാവാനേ സാദ്ധ്യതയുള്ളൂ, കാരണം ആത്യന്തിക വിശകലനത്തിൽ മനസ്സ് ജഡമാണ്. ഇത്തരം ആത്മതത്ത്വനിഷേധം ശ്രുതിയുക്ത്യാനുഭവങ്ങൾക്ക് നിരക്കാത്തതാണ്. അതുകൊണ്ട് അന്തിമമായി അതു മനുഷ്യനെ നിരീശ്വരത്വത്തിലേക്ക് നയിക്കുന്നു. ബാഹ്യേന്ദ്രിയങ്ങൾ പോലെ ജഡമായ മനസ്സിനെ പ്രചോദിപ്പിക്കുന്ന ജ്ഞാനാനന്ദസ്വരൂപമായ ചൈതന്യം വേറെയുണ്ട്. അതാണ് ആത്മാവ്. ആത്മാവ് മനസ്സിൽനിന്നും ഭിന്നമാണ്. ആനന്ദാദർശപ്രദ്ധ്വംസനം എന്നു കൂടി വിളിക്കുന്ന ആദ്ധ്യാത്മയുദ്ധം ഇങ്ങനെ വാദിക്കുന്നു.

പക്ഷേ, ശിവയോഗി ആത്മാവിനെ നിഷേധിക്കുന്നില്ല. മനസ്സിൽനിന്നും വ്യത്യസ്തമായി മറ്റൊരാത്മാവില്ലെന്നാണ് അദ്ദേഹത്തിന്റെ വാദം. ആത്മാവെന്നും അനാത്മാവെന്നും വേദാന്തി പറയുന്ന വസ്തു മനസ്സുതന്നെയാണ്.[5] ഒരുത്തൻ ഉറങ്ങുമ്പോൾ അവന്റെയരുകിൽ ഉറങ്ങാതെയിരിക്കുന്നവൻ ഉറങ്ങുന്നവനെ കാണുന്നു. അതുപോലെ മനസ്സിന്റെ

ഉറക്കത്തെ ആ ആത്മാവ് അറിയേണ്ടതാണ്. പക്ഷേ, സുഷുപ്തിയിൽ മനസ്സിന്റെ ബോധക്ഷയത്തെ നാം കാണുന്നില്ല. അതുകൊണ്ട് അങ്ങനെ ഒന്നില്ല. മനസ്സും ആത്മാവും ഒന്നുതന്നെ. മരുന്നുകൊണ്ടു ബോധം കെടുത്തി ശസ്ത്രക്രിയ ചെയ്യുമ്പോൾ രോഗി ആ സംഭവം അറിയുന്നില്ല. പക്ഷേ, ജ്ഞാനത്തിനു തീരെ മാറ്റമില്ലാതെ ഒരേ നിലയിൽ വർത്തിക്കുന്ന വേറെ ഒരാത്മാവുണ്ടെങ്കിൽ ഈ ബോധക്ഷയത്തെയും ശസ്ത്രക്രിയയെയും അറിയുമായിരുന്നില്ലേ? ഇതാണ് ബ്രഹ്മാനന്ദസ്വാമിയുടെ നിഗമനം.

ഉറങ്ങി ഉണർന്നുവന്ന് ഉറക്കത്തിലുള്ള അജ്ഞാനത്തിന്റെ (സുഷുപ്തിയെന്ന അവസ്ഥ) അറിവുണ്ട്. ആ അറിവാണ് സ്മൃതി. സ്മൃതി അറിയാത്ത കാര്യത്തെക്കുറിച്ചുണ്ടാവില്ല. അറിഞ്ഞ കാര്യത്തെക്കുറിച്ചുമാത്രം. അതുകൊണ്ട് മനസ്സിന്റെ സുഷുപ്തിയെ അറിഞ്ഞത് മനസ്സിൽനിന്നും ഭിന്നമായൊരു വസ്തുവാണ്. അതാണ് ആത്മാവ് എന്നൊരു വാദമുണ്ട്. ഇതിനോട് ഇദ്ദേഹം യോജിക്കുന്നില്ല. തീവണ്ടിയാത്രയിൽ ഒരാൾ ഉറങ്ങുന്നു. ലക്കിടി സ്റ്റേഷനിൽ എത്തിയപ്പോൾ ഉണരുന്നു. ഒറ്റപ്പാലം സ്റ്റേഷൻ കഴിഞ്ഞതയാൾ അറിഞ്ഞില്ല. ഒറ്റപ്പാലം കഴിഞ്ഞു എന്ന അറിവ് ഒറ്റപ്പാലം സ്റ്റേഷനിൽവെച്ചുണ്ടായതാണോ? അതോ ലക്കിടിയിൽവച്ച് ഉണർന്നതിനു ശേഷമോ? തീർച്ചയായും അത് ഒറ്റപ്പാലത്തുവെച്ചുണ്ടായതല്ല. ഇതുപോലെ അർത്ഥശൂന്യമാണ് ഉറക്കം കഴിഞ്ഞ് ഉണർന്നവൻ ഒന്നുമറിഞ്ഞില്ല എന്നു പറയുമ്പോൾ അതു സുഷുപ്താവസ്ഥയിൽത്തന്നെ അറിഞ്ഞ അജ്ഞാനത്തിന്റെ സ്മൃതിയിലാണെന്നു പറയുന്നത്. സത്യത്തിൽ ഉറക്കം കഴിഞ്ഞപ്പോൾ വിഷയങ്ങളെ വേർതിരിച്ചറിഞ്ഞത് മനസ്സാണ്. മനസ്സിന്റെ അർദ്ധമയക്കമാണ് സ്വപ്നാവസ്ഥ. പൂർണ്ണമായ മയക്കമാണ് സുഷുപ്തി. സുഷുപ്തിയിൽ മനസ്സ് ഒന്നുമറിയുന്നില്ല.

ആത്മാവ് അദ്ദേഹത്തിനു ശക്തിയാണ് ആത്മാവും മനസ്സും ജീവനും ഒരേ മൂലവസ്തുവിന്റെ – ശക്തിയുടെ – ഭിന്നഭാഗങ്ങളാണ്. ശക്തിക്കു കർമ്മങ്ങളെ അനുഭവിക്കുന്നതിനാൽ ആത്മാ(മനസ്സ്)വെന്നു പേരുണ്ടായി. ആ ശക്തിക്കുതന്നെ നിശ്ചലത്വം കാരണം ആനന്ദമെന്നും പരമാത്മാവെന്നും നിർഗ്ഗുണ ബ്രഹ്മമെന്നും പേരുണ്ടായി. മണ്ണുകൊണ്ടുണ്ടാക്കുന്ന ഇഷ്ടികയും ഓടും ഭരണിയും കോപ്പയും ഉപാധി ഭേദത്താൽ നാലുവിധമായി അനുഭവപ്പെടുന്നു. പക്ഷേ, അവയിലെ മണ്ണ് ഒന്നുതന്നെ. അതുപോലെ ശക്തി അഥവാ ചൈതന്യം ഒന്നുമാത്രം. ആ ശക്തി തന്നെ ബ്രഹ്മം, പരമാത്മാവ്, ആത്മാവ്, മനസ്സ് എന്നും മറ്റും പല പേരുകളിലറിയുന്നു. ഒരുവൻ കളവ് ചെയ്യുമ്പോൾ കള്ളനെന്നും സത്യം പറയുമ്പോൾ സത്യവാനെന്നും യോഗാഭ്യാസം ചെയ്യുമ്പോൾ യോഗിയുമാകുന്നു. ആത്മാവിൽനിന്നും അഭിന്നമായി ശക്തിസ്വരൂപമായിരിക്കുന്ന വസ്തു അന്യവസ്തുവല്ല. വെള്ളത്തിൽ ഒഴുക്കും തീയിൽചൂടും വേറെയല്ല. തടഞ്ഞുനിർത്തുന്ന ഒഴുക്ക് നിശ്ചലജലമാകുന്നു. മനസ്സിനെ ഏകാഗ്രത

പ്പെടുത്തുമ്പോൾ ആ മനസ്സുതന്നെ നിർവ്വികാരിയായി പരമാത്മാവാകുന്നു.[6]

ചുരുക്കത്തിൽ മനസ്സിന്റെ സംസ്കരണത്തിന് അനുസൃതമായാണ് മനുഷ്യജീവിതത്തിലെ ചലനങ്ങൾ ശ്രേഷ്ഠമാവുന്നത്. മനസ്സിന്റെ സംസ്കരണത്തിന്റെ അത്യുന്നതമായ തലം അഥവാ മനസ്സിന്റെ അത്യുൽകൃഷ്ടമായ അവസ്ഥയാണ് ശിവയോഗിയുടെ ദർശനത്തിലെ ആത്മാവ്. വിവിധങ്ങളായ ആഗ്രഹങ്ങളിൽ മനസ്സ് ചലിക്കാത്ത നിലവന്നാൽ അതുതന്നെ ആത്മാവ്.[7] മനസ്സും ആത്മാവും ഒരു സത്തയുടെ രണ്ടു വശങ്ങളാണ്. മനസ്സ് ഇദ്ദേഹത്തിനു ജഡവസ്തുവല്ല. ചൈതന്യവസ്തുവാണ്. ആ ചൈതന്യത്തെ ഉത്തേജിപ്പിക്കുകയും ഉണർത്തുകയും ചെയ്യണമെന്നാണ് അദ്ദേഹത്തിന്റെ വാദത്തിന്റെ പൊരുൾ.

മനസ്സിന്നപ്പുറമൊരു ദൈവമില്ല. ചുരുക്കത്തിൽ സഗുണമായൊരു ദൈവമല്ല നിർഗ്ഗുണബ്രഹ്മമാണ് അദ്ദേഹത്തിന്റെ സങ്കല്പത്തിലെ ശക്തി: എല്ലാവരിലും പ്രകാശിക്കുന്ന ശക്തി.

കുറിപ്പുകൾ

1. മനസ്സെന്ന ആത്മീയവസ്തു തലച്ചോറിലെ പിനൽ ഗ്രന്ഥിയിൽ സ്ഥിതിചെയ്യുന്നതായി ഡക്കാർട്ടെ (Descarte) പറയുന്നു. മാത്രമല്ല ഇവിടെവച്ചാണ് മനസ്സ് ശരീരത്തിൽ സ്വാധീനം ചെലുത്തുന്നതും.
2. മനസ്സ് അവർക്കൊരു ഉപരി പ്രതിഭാസം (Epi-Phenomenon) ആണ്. അരിസ്റ്റോട്ടിലിന്റെ സിദ്ധാന്തത്തിൽ മനസ്സ് ശരീരത്തിന്റെ സഫലീകരണമാണ്; പരിണാമപ്രക്രിയയിൽ മസ്തിഷ്ക പ്രവർത്തന ക്രമീകരണത്തിൽനിന്നു ബഹിർസ്ഫുരീകരിച്ചതാണ് മനസ്സ്.
3. ഡോ. സി പി മേനോൻ, 'മനുഷ്യശരീരം എന്ന അത്ഭുതയന്ത്രം' *മാതൃഭൂമി* ആഴ്ചപ്പതിപ്പ് പുസ്തകം 69 ലക്കം 6 (കോഴിക്കോട് 1991) പു. 36.
4. സ്വാമി ബ്രഹ്മവ്രതൻ, മുൻ ചൊന്ന പുസ്തകം, പു. 75 ആദ്ധ്യാത്മ യുദ്ധത്തെ അടിസ്ഥാനപ്പെടുത്തിയാണ് ബ്രഹ്മവ്രതന്റെ നിഗമനം. പക്ഷേ, പ്രസ്തുത ഗ്രന്ഥത്തിന്റെ കർത്താവിനെക്കുറിച്ചുള്ള വിവാദം നിലനില്ക്കുന്നു.
5. *ആനന്ദാദർശം* പു. 264.
6. അതിൽത്തന്നെ പു. 271–72.
7. അതിൽത്തന്നെ, പു. 280

സ്ത്രീ വിദ്യാഭ്യാസം

പഠിപ്പുതന്നെ മനുജന്നുഭൂഷണം
ഉടുപ്പുഭൂഷാദികളൊന്നുമല്ലഹോ

ബ്രഹ്മാനന്ദസ്വാമി ശിവയോഗി

മനുഷ്യമനസ്സിന്റെ വികാസഘട്ടങ്ങളിൽ അറിവിനുള്ള സ്ഥാനം ശിവയോഗി തള്ളിക്കളയുന്നില്ല. 'വിദ്യതന്നെ മനുജന്നു ഭൂഷണം' എന്നാണദ്ദേഹത്തിന്റെ മുദ്രാവാക്യം. മനുഷ്യന്റെ സാമൂഹിക ജീവിതത്തിൽ അനിവാര്യമായ അറിവ് പകരാനുതകുന്ന വിദ്യാഭ്യാസ സമ്പ്രദായത്തിലെ വിവേചനത്തെ അദ്ദേഹം വെറുത്തു. പുരുഷനുമാത്രം വിദ്യാഭ്യാസം എന്ന സമ്പ്രദായത്തോട് അദ്ദേഹം വിയോജിപ്പ് പ്രകടിപ്പിച്ചു. സ്ത്രീകൾക്ക് വിദ്യാഭ്യാസം നിഷേധിക്കുക മനുഷ്യസ്വാതന്ത്ര്യത്തിനു നേരെയുള്ള വെല്ലുവിളിയാണെന്ന് വിശ്വസിച്ചു.

പറഞ്ഞാൽ തീരാത്തതാണല്ലോ ഭാരതസ്ത്രീകൾ അനുഭവിച്ച അടിമത്തത്തിന്റെ കഥകൾ. അവരുടെ അസ്വാതന്ത്ര്യത്തിന്റെ ഉത്ഭവസ്ഥാനം പക്ഷേ, നമുക്കിന്നും അജ്ഞാതമാണ്. തുടക്കം എവിടെനിന്നായാലും മനുസ്മൃതിയുടെ കാലം സ്ത്രീ സ്വാതന്ത്ര്യത്തിനുനേരെ ഭീഷണി ഉയർത്തി. രാമായണകാലമായപ്പോഴേക്കും മനുസ്മൃതിയുടെ പ്രാബല്യം എല്ലാ രംഗങ്ങളിലേക്കും പടർന്നു. 'നഃസ്ത്രീ സ്വാതന്ത്ര്യമർഹതി' എന്ന പരമപ്രധാന സൂക്തം ബാല്യവിവാഹം, ബഹുഭാര്യാത്വം, വിധവാ വിവാഹ നിഷേധം തുടങ്ങി പല രൂപത്തിലും ഭാവത്തിലും വേഷത്തിലും സ്ത്രീ സ്വാതന്ത്ര്യത്തിനു നേരെ വെല്ലുവിളി ഉയർത്തി. സ്ത്രീകൾ അനുഭവിച്ച അസ്വാതന്ത്ര്യത്തിന്റെ കദനബിന്ദുക്കളാണ് ശീലാവതിയും സീതയും. അവരുടെ കഥകൾ പുരുഷമേധാവിത്തത്തിന്റെ പ്രബലമായ പ്രകടനങ്ങളാണ്. ചരിത്രയുഗത്തിന്റെ ആദ്യകാലത്ത് സ്ത്രീകൾ അസ്വതന്ത്രരായി

രുന്നില്ല. ബുദ്ധന്റെയും മഹാവീരന്റെയും കാലത്ത് സ്ത്രീ കേവലം അബലയല്ല. ലോകത്തിന്റെ വിവിധ ഭാഗങ്ങളിൽ സഞ്ചരിച്ച് ബൗദ്ധ സന്ദേശം പ്രചരിപ്പിച്ച ബുദ്ധസന്ന്യാസികളുടെ കഥകൾ നമുക്കു സുപരിചിതമാണ്. പക്ഷേ, ക്രമേണ പർദ്ദയും സതിയും ബാല്യവിവാഹവും നമ്മുടെ സാംസ്കാരിക മേഖലയെ വികലമാക്കി. നമ്മുടെ സ്ത്രീകൾ ഈ ദുരിതങ്ങളിൽ വീർപ്പുമുട്ടി.

സ്ത്രീ സ്വാതന്ത്ര്യത്തിന്റെ തായ്‌വേരറുക്കുന്ന സതി അഥവാ ഉടന്തടിച്ചാട്ടം നിഷ്ഠുരമായൊരു ആചാരമായിരുന്നു. ഇത്തരം പ്രാകൃതമായ ആചാരം നിർത്തലാക്കാൻ ഒരു മുഗൾ ചക്രവർത്തിയുടെ കാലത്ത് ശ്രമം നടന്നിരുന്നെങ്കിലും പരാജയപ്പെട്ടു. പിന്നീട് കോൺവാലീസ്, വെല്ലസ്ലി, മിന്റോ തുടങ്ങിയ ബ്രിട്ടീഷ് ഭരണാധികാരികളും ഈ ചടങ്ങിനു വിരാമമിടാൻ ശ്രമം നടത്തി. മതവുമായി ബന്ധപ്പെട്ട ആചാരത്തിൽ അത് പ്രാകൃതവും അന്ധവിശ്വാസവുമാണെന്നറിഞ്ഞിട്ടും- ഇടപെടാൻ അവർക്കും ബുദ്ധിമുട്ടുണ്ടായി. അവസാനം ആർക്കും തടയാൻ വയ്യാത്തവിധം പൗരാണികധർമ്മ സംഹിതകളുടെ പേരിൽ യാഥാസ്ഥിതിക സമൂഹം നിലനിർത്തിപ്പോന്ന ഈ ആചാരത്തിനെതിരെ സതി അനുഷ്ഠിച്ചുപോന്ന സമൂഹത്തിൽനിന്നുതന്നെ ശക്തമായ പ്രതിഷേധസ്വരമുയർന്നു. അത്തരമൊരു പ്രതിഷേധസ്വരം ഭാരതം ആദ്യമായി കേട്ടത് രാജാറാം മോഹൻറായിയിൽനിന്നാണ്. ബ്രഹ്മസമാജസ്ഥാപകനായ രാജാറാം മോഹൻറായിയുടെ ശക്തമായ പ്രവർത്തനത്തിന്റെ ഫലമായി വില്യം ബെന്റിക്കിന്റെ 1929 ലെ ആക്ട് പ്രകാരം ഇന്ത്യയിൽ ബ്രിട്ടീഷ് ഭരണപ്രദേശത്ത് മുഴുവൻ സതി നിരോധിക്കപ്പെട്ടു.

കേരളത്തിൽ സതി എന്ന ആചാരം നിലനിന്നതായി തെളിവില്ലെങ്കിലും ഇത്തരം ദുരാചാരങ്ങളുടെ അടിസ്ഥാന കാരണത്തെക്കുറിച്ച് ബ്രഹ്മാനന്ദ സ്വാമി ശിവയോഗിയും ചിന്തിച്ചിരുന്നു. സ്ത്രീകളുമായി ബന്ധപ്പെടുന്ന ദുരാചാരങ്ങൾ അവർക്ക് നല്കുന്ന ദുരന്താനുഭവങ്ങളെ ഇല്ലായ്മചെയ്യുന്നതിന് രാഷ്ട്രീമായ പരിഹാരമായിരുന്നു റാം മോഹന്റെ ലക്ഷ്യം. അതായത് അത്തരം ആചാരങ്ങൾ നിർത്തലാക്കുന്നതിനുതകുന്ന നിയമനിർമ്മാണത്തിന്ന് സർക്കാരിൽ പ്രേരണ ചെലുത്തുകയായിരുന്നു അദ്ദേഹത്തിന്റെ പ്രവർത്തനശൈലി. ശിവയോഗിയുടെ സമീപനം മാനസികമാണ്. സ്ത്രീകൾ അനുഭവിക്കുന്ന എല്ലാ യാതനയുടെയും വേദനയുടെയും ഉറവസ്ഥാനം പുരുഷമേധാശക്തിക്കുവേണ്ടിയുള്ള മാനസികഭാവമാണെന്നദ്ദേഹം ചൂണ്ടിക്കാട്ടി.

സ്ത്രീകൾക്കിടയിൽ വിദ്യാഭ്യാസത്തിന്റെ അപര്യാപ്തതയാണ് ഇത്തരം ദുരാചാരങ്ങൾക്കും അസ്വാതന്ത്ര്യത്തിനും എതിരെ ശബ്ദമുയർത്താൻ അവരെ അശക്തരാക്കുന്നത്. പുരുഷൻ സ്ത്രീയുടെമേൽ ആധിപത്യം സ്ഥാപിക്കുകവഴി തങ്ങൾക്കു നിഷേധിക്കപ്പെട്ട സ്വാതന്ത്ര്യത്തെക്കുറിച്ചും അവകാശത്തെക്കുറിച്ചും ബോധവതികളാകാൻ അവർക്ക് കഴിയാതെ പോയത് അവർക്കു വിദ്യാഭ്യാസം നിഷേധിച്ചതുകൊണ്ടാണ്.

ഇത്തരത്തിൽ ചിന്തിച്ചുകൊണ്ട് ശിവയോഗി രചിച്ച സ്ത്രീ വിദ്യാപോഷിണി സ്ത്രീ വിദ്യാഭ്യാസത്തിനനുകൂലമായി നിരവധി വാദമുഖങ്ങൾ അവതരിപ്പിച്ചുകൊണ്ട് സ്ത്രീകൾക്ക് വിദ്യാഭ്യാസം നിഷേധിക്കുന്നതിന്റെ അനൗചിത്യം കണ്ടെത്തി.[1] തത്തയെപ്പോലെ കൂട്ടിലിട്ട് അർത്ഥമില്ലാതെ സംസാരിക്കേണ്ടിവന്ന വ്യർത്ഥമാകുന്ന നാരിജന്മത്തെ ഓർത്ത് അദ്ദേഹം പരിതപിച്ചു.

വേദങ്ങളുടെ കാലഘട്ടത്തിൽ സ്ത്രീപുരുഷ വ്യത്യാസത്തിലുള്ള അസമത്വം നിലനിന്നിരുന്നില്ല. ശക്തിയുടെയും പ്രഭാവത്തിന്റെയും സർവ്വോപരി വിദ്യയുടെയും സങ്കല്പം സ്ത്രീയായിരുന്നല്ലോ അക്കാലത്ത്. 'ഭാരതിയാം സരസ്വതിദേവിയും നാരിയാകുന്നു ശാസ്ത്ര സ്വരൂപിണി' വിദ്യയുടെ അധിപതിയായി ഇന്നും സരസ്വതിയെ സങ്കല്പിക്കുന്ന വിശ്വാസികളുടെ അധീതനയിലുള്ളൊരു സമൂഹം സ്ത്രീകൾക്ക് വിദ്യാഭ്യാസം നിഷേധിക്കുന്നത് അർത്ഥശൂന്യവും അനുചിതവുമാണെന്ന് ശിവയോഗി യുക്തിയുക്തം വാദിച്ചു. പില്ക്കാലത്ത് വളരെ പ്രസിദ്ധങ്ങളായ സൂക്തങ്ങൾവരെ വൈദികകാലത്ത് സ്ത്രീകൾ രചിച്ചിട്ടുണ്ട്. ഉപനിഷത്തുക്കളുടെ കാലത്തും ദാർശനിക വൈജ്ഞാനിക മേഖലകളിൽ പുരുഷനോടൊപ്പം സ്ത്രീയും പങ്കെടുത്തിരുന്നു. ഇതിന് ഉദാഹരണങ്ങൾ എത്രവേണമെങ്കിലും ശിവയോഗിയുടെ പക്കലുണ്ട്. ജനകമഹാരാജാവിന്റെ സദസ്സിൽ യാജ്ഞവല്ക്യനോട് എതിരിട്ട ഗാർഗ്ഗി ദാർശനിക മേഖലകളിൽ സ്ത്രീയുടെ സ്ഥാനം പിന്നിലല്ലെന്നു തെളിയിക്കുന്നു. യാജ്ഞവല്ക്യന്റെ സഹധർമ്മിണി മൈത്രേയി അക്കാലത്തെ പണ്ഡിതസദസ്സിൽ സജീവ പങ്കാളിത്തം വഹിക്കാൻ യോഗ്യയാംവിധം അപാര പാണ്ഡിത്യം നേടിയിരുന്നു. നേരത്തെ സൂചിപ്പിച്ചതുപോലെ പുരാണകാലത്താണ് സ്ത്രീകൾ വീണ്ടും അസ്വതന്ത്രരാവുന്നത്. കാരണം സമൂഹം ശക്തരായ ഭരണാധികാരികളുടെ അധീശാധികാരത്തിലമർന്നു പോവാൻ തുടങ്ങിയ കാലം മുതലാണല്ലോ പുരാണങ്ങളുടെ ഉത്ഭവം. അത്തരം അധീശാധികാരത്തിന്റെ കാലഘട്ടത്തിൽനിന്നുപോലും സ്ത്രീകൾക്കുണ്ടായ മാന്യപദവിക്ക് ഉദാഹരണങ്ങൾ പെറുക്കിയെടുക്കാൻ ശിവയോഗിക്ക് പ്രയാസമില്ല. 'സത്യഭാമ സഹായിച്ചു കൃഷ്ണനു ശത്രുദാനവയുദ്ധത്തിൽ നന്നായി' എന്നു പറയുന്ന ശിവയോഗി പുരാണങ്ങളിൽനിന്നു മാത്രമല്ല, ചരിത്രത്തിൽനിന്നും സ്ത്രീകളുടെ യുദ്ധപാടവത്തിന് ഉദാഹരണങ്ങൾ കണ്ടെത്തുന്നു.

റാണിരാജ്ഞി വിദുഷി വിക്ടോറിയാ–
വാണു വൈധവ്യം വന്നിടും രാജ്യത്തെ
ആണ് രാജ്യം ഭരിക്കുന്നതിൻ മീതെ
യാണു വാണതും വീണില്ല ധർമ്മത്തിൽ"

തുടങ്ങിയ നിരവധി കാര്യങ്ങൾ ഉദാഹരിച്ചുകൊണ്ട് സ്ത്രീകൾ യുദ്ധരംഗത്തുപോലും പ്രശോഭിച്ച ചരിത്രം അയവിറക്കുന്നൊരു നാട്ടിൽ അവർക്ക് വിദ്യാഭ്യാസം പാടില്ലെന്നു പറയുന്നതിൽ യുക്തിയില്ലെന്ന്

ഇദ്ദേഹം സമർത്ഥിക്കുന്നു.

സ്ത്രീകൾക്ക് വിദ്യാഭ്യാസം നിഷിദ്ധമാണെന്ന വാദത്തിന്റെ പിന്നിൽ പ്രവർത്തിക്കുന്ന ശക്തി പുരുഷമേധാവിത്തത്തിന്റെ മേല്ക്കോയ്മയാണ്. എന്തിനധികം പറയുന്നു: സ്ത്രീകൾ അന്യപുരുഷന്മാരെ നോക്കുന്നതും അവരോട് സംസാരിക്കുന്നതും ഇഷ്ടപ്പെടാത്ത ഭർത്താക്കന്മാരുണ്ടെന്ന് ശിവയോഗി കുറ്റപ്പെടുത്തുന്നു. ഇത്തരം ചെറിയ കാര്യങ്ങൾ പലപ്പോഴും കുടുംബകലഹത്തിനും ഭാര്യമാർ മർദ്ദിക്കപ്പെടാനും വധിക്കപ്പെടാനും കാരണമാകാറുണ്ട്. ഒരുതരം പുരുഷകൂത്തരങ്ങിന്റെ സന്തതിയാണ് സതി അഥവാ സഹമരണം. ഭർത്തൃശുശ്രൂഷകൊണ്ടു മാത്രമേ ഭാര്യക്ക് ഗുണം വരികയുള്ളൂ എന്നും ഭർത്താവ് മരിച്ചാൽ ഭാര്യ അനുമരണം ചെയ്യണമെന്നും മറ്റുമുള്ള ആചാരങ്ങൾ പുരുഷമേധാവിത്തത്തെ ബലപ്പെടുത്തുന്നു. പുനർവിവാഹം സ്ത്രീകൾക്കു നിഷേധിച്ചതും ഇക്കാരണം കൊണ്ടുതന്നെ. ഇത്തരം പ്രജകളെ ബ്രഹ്മാനന്ദസ്വാമി 'സ്ത്രീ സക്തൻ' എന്നു വിളിക്കുന്നു. സമദൃഷ്ടിയുള്ളൊരു നീതിമാന്റെ നിയമങ്ങളാണ് ഇവയെങ്കിൽ എന്തുകൊണ്ട് ഭാര്യ മരിച്ചാൽ ഭർത്താവ് അനുമരണം ചെയ്യണമെന്ന് ശഠിക്കുന്നില്ല? പുനർ വിവാഹം എന്തുകൊണ്ട് പുരുഷന്മാർക്ക് നിഷേധിക്കുന്നില്ല? ബ്രഹ്മാനന്ദസ്വാമി മനുഷ്യമനഃസാക്ഷിക്ക് നേരെ ഉയർത്തുന്ന ഇത്തരം ചോദ്യങ്ങൾ യുക്തമല്ലെന്ന് ആർക്കും പറയാനാവില്ല.

സ്ത്രീയുടെ അസ്വാതന്ത്ര്യത്തിന്റെ കാരണവും പശ്ചാത്തലവും വിശദീകരിക്കുമ്പോൾ സ്ത്രീ വിദ്യാഭ്യാസത്തിന്റെ നേട്ടങ്ങളും ബ്രഹ്മാനന്ദസ്വാമി ചൂണ്ടിക്കാട്ടുന്നു.

1. വിദ്യാസമ്പന്നയായ സ്ത്രീയുടെ മാനസിക ചക്രവാളം വിശാലമാകുന്നു. അതോടെ അവർക്ക് നല്ലതും ചീത്തയും തിരിച്ചറിയാൻ കഴിയുന്നു. അവൾ തന്റെ അസമത്വങ്ങളെക്കുറിച്ച് ബോധവതിയാകുന്നു. അതോടെ അതിനെ ദൂരീകരിക്കാനുള്ള ശ്രമത്തിൽ ഏർപ്പെടാനുള്ള അവസരം ഉപയോഗപ്പെടുത്തുന്നു.

2. പുരുഷനോടൊപ്പം എല്ലാ രംഗങ്ങളിലും പ്രവർത്തിക്കാൻ സ്ത്രീ യോഗ്യയാവുന്നു.

3. അറിവുള്ള മാതാവിന്ന് കുട്ടിക്ക് ബാല്യത്തിൽത്തന്നെ അറിവ് പകർന്നുകൊടുക്കാൻ കഴിയും. ബാല്യപരിചരണത്തിന്നും പരിചയത്തിനും വിശേഷം ഏറും. മൂഢയായ മാതാവിനോടൊത്തു വളരുന്ന കുട്ടിയുടെ വിദ്യാഭ്യാസം സുഗമമല്ല. വിദ്വാന്മാരോടു ചേർന്നാൽ ആപത്തുകൂടി സമ്പത്തായിവരും. വിദ്യയില്ലാത്തവൻ മാടാണ് എന്നു പറയുന്നതിൽ ശിവയോഗിക്ക് യാതൊരു സങ്കോചവുമില്ല. അതുകൊണ്ട് നല്ലതെല്ലാം ഒരു വിഭാഗത്തിനുമാത്രം ആസ്വദിക്കാനുള്ളതാണെന്നു ശഠിക്കുന്നത് ശരിയല്ല എന്നദ്ദേഹം തറപ്പിച്ചു പറയുന്നു. എല്ലാവരിലും തുടിക്കുന്നത് ഒരേ ശക്തിതന്നെയാണെന്നും അതുകൊണ്ട് എല്ലാ വ്യക്തികൾക്കും സമത്വത്തിനും സ്വാതന്ത്ര്യത്തിനും അവകാശമുണ്ടെന്ന് സ്ഥാപിച്ച്

ഇദ്ദേഹം തന്റെ വാദങ്ങൾക്കു ആത്മീയ പരിവേഷവും നല്കി.

ബ്രഹ്മാനന്ദസ്വാമി ശിവയോഗി ജീവിച്ചിരുന്ന കാലഘട്ടത്തെക്കുറിച്ച് പഠിക്കുമ്പോഴാണ് സ്ത്രീവിദ്യാഭ്യാസത്തിന്റെ ആവശ്യകതയെക്കുറിച്ചുള്ള അദ്ദേഹത്തിന്റെ വാദങ്ങൾ ഏറെ പ്രസക്തമാവുന്നത്. ലോകത്തിന്റെ പല ഭാഗങ്ങളിലും സ്ത്രീകൾക്കു പാരതന്ത്ര്യം വിധികല്പിതമാണെന്നു സമാധാനിച്ചിരിക്കുന്ന കാലത്താണ് ഇദ്ദേഹം സ്ത്രീകൾക്കുവേണ്ടി വാദിച്ചത്. ശിവയോഗിയുടെ കാലം കഴിഞ്ഞ് ഇരുപതുവർഷത്തിനുശേഷം യൂണിവേഴ്സിറ്റി എഡ്യൂക്കേഷൻ കമ്മീഷൻ നടത്തിയൊരു സർവ്വേയുടെ റിപ്പോർട്ട് ഇവിടെ പ്രസക്തമാവുന്നു.

> വിദ്യാസമ്പന്നരായ സ്ത്രീകൾ ഇല്ലാതെ വിദ്യാസമ്പന്നരായ ജനങ്ങൾ ഉണ്ടാവില്ല. പൊതു വിദ്യാഭ്യാസം പുരുഷനോ സ്ത്രീക്കോ ഏതെങ്കിലും ഒരു വിഭാഗത്തിനായി നിജപ്പെടുത്തുകയാണെങ്കിൽ ആ അവസരം സ്ത്രീക്കു നല്കണം. എന്നാൽ തീർച്ചയായും ആ വിദ്യാഭ്യാസം അടുത്ത തലമുറയിലേക്ക് കൈമാറും.[2]

ഒരു ആൺകുട്ടിക്ക് വിദ്യാഭ്യാസം സിദ്ധിച്ചാൽ ഒരു വ്യക്തിക്കു കിട്ടിയെന്നുമാത്രം. പ്രത്യുത അതൊരു പെൺകുട്ടിക്കാണെങ്കിൽ ഒരു കുടുംബം മുഴുവൻ വിദ്യാസമ്പന്നമാകും. എന്നു സാധാരണ പറയാറുള്ളത് ഇവിടെ അന്വർത്ഥമാകുന്നു. പെണ്ണുപഠിച്ചാൽ മാത്രമേ കുടുംബം നന്നാകൂ എന്നു പറയുന്ന ശിവയോഗി അതുവഴി സാമൂഹിക നന്മയാണ് ലക്ഷ്യമാക്കുന്നത്. സ്ത്രീയെ അവളുടെ അസ്വാതന്ത്ര്യത്തെക്കുറിച്ചറിയുവാൻ പ്രാപ്തയാക്കിയ ബോധവല്ക്കരണ പ്രക്രിയയുടെ ആദ്യഘട്ടങ്ങളെ സ്വാധീനിച്ച സിദ്ധാന്തങ്ങളിലും പ്രവർത്തനങ്ങളിലും ഇദ്ദേഹത്തിന്റെ സംഭാവന ചെറുതല്ല.

1. ബ്രഹ്മാനന്ദസ്വാമി ശിവയോഗിയുടെ *സ്ത്രീവിദ്യാപോഷിണി* (1899) യിൽനിന്നുള്ള വാദമുഖങ്ങളാണ് ഈ അദ്ധ്യായത്തിൽ പരാമർശിക്കപ്പെടുന്നത്.
2. യൂണിവേഴ്സിറ്റി എഡ്യൂക്കേഷൻ കമ്മീഷൻ റിപ്പോർട്ട് വാല്യം 1 പു. 493.

ഉപസംഹാരം

ലോകത്തിന്നു ഏതൊന്നു ഹിതമോ (നന്മായി
ത്തീരുന്നുവോ) അതാണു സത്യവും ധർമ്മവും
മറ്റു സൽകൃത്യവും

– ബ്രഹ്മാനന്ദസ്വാമി ശിവയോഗി

പ്രാചീന ഭാരതത്തിലെ ഋഷികുലങ്ങളിൽനിന്നു മുഴങ്ങിക്കേട്ട ഷഡ്ദർശനങ്ങളും ഉപനിഷത്തുക്കളും ബുദ്ധ–ക്രൈസ്തവ–ഇസ്ലാം മത ഗ്രന്ഥങ്ങളും ബ്രഹ്മാനന്ദസ്വാമി ശിവയോഗി പഠിച്ചിട്ടുണ്ട്. ആര്യസമാജം, ബ്രഹ്മസമാജം തുടങ്ങിയ ഹിന്ദുമത നവീകരണപ്രസ്ഥാനങ്ങളും അടിത്തറിഞ്ഞിട്ടുണ്ട്. കൂടാതെ പാശ്ചാത്യ തത്ത്വചിന്തയെക്കുറിച്ചും മനസ്സിലാക്കാൻ ഇദ്ദേഹത്തിന്റെ ഇംഗ്ലീഷ് പരിജ്ഞാനം സഹായിച്ചിരിക്കാം. ഇവയൊക്കെ വിമർശന ബുദ്ധിയോടെ അപഗ്രഥനം ചെയ്ത് അവയിലെ യുക്തിക്ക് സ്വീകാര്യമായ വശങ്ങളെ സ്വാംശീകരിച്ച് തന്റെ സ്വതന്ത്രചിന്തയുടെ സഹായത്തോടെ നൂതനമായി ആവിഷ്കരിച്ച ചില സിദ്ധാന്തങ്ങളാണ് ശിവയോഗിയുടെ സംഭാവന. സാമൂഹിക തത്ത്വചിന്തയുടെ എല്ലാ പ്രശ്നങ്ങളും സാങ്കേതികമായ അർത്ഥത്തിൽ ഇദ്ദേഹത്തിന്റെ ദർശനത്തിൽ പരാമർശിക്കപ്പെട്ടില്ലെങ്കിലും മനുഷ്യാവകാശം വ്യക്തിസ്വാതന്ത്ര്യം സാമൂഹ്യനീതി, മതത്തിന്റെ സാമൂഹികാഘാതം തുടങ്ങിയ നിരവധി പ്രശ്നങ്ങൾ പ്രത്യേകിച്ചും സമകാലിക സാമൂഹ്യസംഭവങ്ങളുടെ വെളിച്ചത്തിൽ ഇദ്ദേഹം അപഗ്രഥിച്ചു. വിമർശിച്ചു. പരിഹാരങ്ങൾ നിർദ്ദേശിച്ചു.

സാമൂഹിക പ്രക്രിയയുടെ വിമർശനം സാമൂഹിക ദാർശനികന്റെ ധർമ്മമാണെങ്കിൽ ശിവയോഗി അത് പൂർണ്ണമായും നിർവ്വഹിച്ചിട്ടുണ്ട്. കേവലം ബുദ്ധിപരമായ വ്യായാമമായിരുന്നില്ല ബ്രഹ്മാനന്ദസ്വാമി ശിവയോഗിയുടെ രീതി. അദ്ദേഹത്തിന്റെ സിദ്ധാന്തങ്ങളുടെ മുഖമുദ്ര

പ്രായോഗികതയായിരുന്നു. മാത്രമല്ല അയിത്തത്തിനെതിരെ പ്രബന്ധമെഴുതിയപ്പോൾ, അയിത്തത്തിനെതിരെ പ്രസംഗിച്ചപ്പോൾ, അദ്ദേഹം സ്വയം അയിത്തം ആചരിച്ചില്ല. സ്ത്രീ വിദ്യാഭ്യാസം നേടുന്നത് തെറ്റാണെന്ന് സമൂഹം വിധിച്ചിരുന്ന കാലത്ത്, സ്വന്തം സഹധർമ്മിണിയെ വിദ്യാസമ്പന്നയാക്കി. സ്ത്രീ വിദ്യാഭ്യാസത്തിന് അനുകൂലമായി വാദിച്ചു. പുലകുളി, കെട്ടുകല്യാണം. ജന്തുബലി എന്നീ ദുരാചാരങ്ങൾക്കെതിരെ ശബ്ദമുയർത്തിയപ്പോൾ തന്റെ ശിഷ്യരെ അത്തരം ആചാരങ്ങളെ നിരോധിക്കാൻ പ്രേരിപ്പിച്ചു. ദൈവപ്രീതിക്ക് കോഴി, ആട്, പോത്ത്, തുടങ്ങിയ മൃഗങ്ങളെ കൊലചെയ്ത് രക്തതർപ്പണം നടത്തുന്ന സമ്പ്രദായം കേരളത്തിലെ പല ക്ഷേത്രങ്ങളിലും നിർത്തലാക്കാൻ ഇദ്ദേഹത്തിന്റെ സന്ദേശങ്ങളുടെ ശക്തിയിൽ അനുയായികൾക്കും അനുഭാവികൾക്കും സാധിച്ചു.

ഇദ്ദേഹത്തിന്റെ ജാതി മതചിന്തകളുടെ വിമർശനത്തിൽ പ്രകടമാകുന്നത് മനുഷ്യാവകാശത്തിന്റെയും സ്വാതന്ത്ര്യത്തിന്റെയും പ്രശ്നങ്ങളാണ്. സ്ത്രീ വിദ്യാഭ്യാസത്തെ അനുകൂലിച്ചതും ബ്രാഹ്മണമേധാവിത്തത്തെ എതിർത്തതും ഇതേ വീക്ഷണത്തിലാണ്. ജാതിയും മതവും മനുഷ്യസൃഷ്ടിയാണെന്നും ബ്രാഹ്മണർ മറ്റുള്ളവരിൽനിന്ന് ഉയർന്നുവരല്ലെന്നും എല്ലാവരിലും തുടിക്കുന്നത് ഒരേ ശക്തിയാണെന്നും എല്ലാവരും സമന്മാരാണെന്നും അദ്ദേഹം വാദിച്ചു. ശിവയോഗിയുടെ മതവിമർശനം അടിസ്ഥാനപരമായി മാർക്സിയൻ വീക്ഷണത്തോടടുത്തു നില്ക്കുന്നു. മതം മനുഷ്യന്റെ ജയിലായി ശിവയോഗി കണ്ടു. ഉന്മേഷരഹിതമായ സാഹചര്യങ്ങളിലെ ലഹരിയായി ജനങ്ങളെ മയക്കുന്ന മരുന്നായി മാർക്സ് മതത്തെ കണ്ടു. മാർക്സിയൻ വീക്ഷണത്തിൽ:

> മതവിമർശനം മനുഷ്യന്റെ വ്യാമോഹങ്ങൾ തകർക്കുന്നത് വ്യാമോഹ വിമുക്തനും യുക്തിബോധം കൈവന്നവനുമായ ഒരുവനെപ്പോലെ ചിന്തിക്കുകയും പ്രവർത്തിക്കുകയും സ്വന്തം യാഥാർത്ഥ്യം കരുപ്പിടിക്കുകയും ചെയ്യാൻ അവനെ പ്രേരിപ്പിക്കുന്നതിനുവേണ്ടിയാണ്. അപ്പോൾ അവന് തനിക്കുചുറ്റുംതന്നെ, തന്റെ യഥാർത്ഥ സൂര്യനു ചുറ്റുംതന്നെ കറങ്ങിക്കൊണ്ടിരിക്കാൻ കഴിയും. മനുഷ്യൻ, തനിക്കുചുറ്റും കറങ്ങാത്തിടത്തോളം അവനു ചുറ്റും കറങ്ങുന്ന ഭാവനാസൂര്യൻ മാത്രമാണ് മതം.[1]

യുക്തിബോധത്തിൽ ശിവയോഗിയുടെ സിദ്ധാന്തങ്ങൾക്ക് ബുദ്ധമത തത്ത്വങ്ങളോടും ബർട്രന്റ് റസ്സലിന്റെ ചിന്തകളോടും ചില കാര്യങ്ങളിൽ സാമ്യത കാണുന്നു. റസ്സൽ പ്രായോഗികതലത്തിൽ ഒരു നാസ്തികനാണെന്നു പറയാം. പക്ഷേ, ആസ്തിക്യവാദം ഒരു വിശ്വാസത്തിലധിഷ്ഠിതമായതുപോലെ നാസ്തിക്യവാദവും പ്രത്യക്ഷമായ തെളിവുകളാൽ സുരക്ഷിതമല്ല. ദൈവാസ്തിത്വത്തിനു മതവും തത്ത്വശാസ്ത്രവും നിരത്തിയ തെളിവുകൾ തെറ്റാണെന്നു റസ്സൽ സമർത്ഥിച്ചു. സംഘടിതമതക്കാർ പറയുന്നതുപോലെ ഒരീശ്വനില്ലെന്നുള്ളതാണ് ശിവയോഗിയുടെ വാദം.

ഈശ്വരാസ്തിത്വത്തിന്റെ തെളിവുകളുടെ പൊള്ളത്തരങ്ങൾ തുറന്നുകാട്ടുന്നതിൽ ഈ രണ്ടുപേരുടെയും വാദങ്ങൾ ഏറക്കുറെ ഒരേവഴിയിൽ സഞ്ചരിക്കുന്നു.[2] എല്ലാ പ്രായോഗിക കാര്യങ്ങൾക്കും തന്നെ നിരീശ്വരനായി കണക്കാക്കാമെന്ന് പറയുന്ന റസ്സലിനു ദൈവാസ്തിത്വത്തെ താത്ത്വികമായി നിഷേധിക്കാൻ വാദങ്ങളുണ്ടായിരുന്നില്ല. ശിവയോഗി താനൊരു നിരീശ്വരവാദിയാണെന്നു പറയുന്നില്ലെങ്കിലും സംഘടിത മതക്കാരെ തെറ്റായും അടിസ്ഥാനരഹിതമായും സങ്കല്പിക്കുന്ന ഈശ്വരൻ യഥാർത്ഥ ഈശ്വരനല്ലെന്നും പറയുന്നു. ഒരിക്കൽ ഒരു മരത്തിൽനിന്ന് കുറെ ഇലകൾ പറിച്ച് കൈയിൽ പിടിച്ചുകൊണ്ട് ഒരു സന്ന്യാസി സംഘത്തോട് ശ്രീബുദ്ധൻ ഇങ്ങനെ പറഞ്ഞു:

> എന്റെ കൈയിൽ ഉള്ളതിനേക്കാൾ അനേകമടങ്ങ് ഇപ്പോൾ വനത്തിലെ വൃക്ഷങ്ങളിലുണ്ട്. അതുപോലെ ഞാൻ നിങ്ങളോട് പറഞ്ഞിട്ടുള്ളവയേക്കാൾ അനേകമടങ്ങ് ഞാൻ പറയാത്തവയായി അവശേഷിക്കുന്നു.[3]

അതിനാൽ ബുദ്ധൻ ഈശ്വരനെപ്പറ്റി വ്യക്തമായി ഒന്നും പറഞ്ഞിട്ടില്ലെങ്കിലും അദ്ദേഹം ഒരീശ്വരനിഷേധിയായിരുന്നുവെന്ന് അനുമാനിക്കുന്നത് ശരിയല്ല എന്നാണ് ഡോ. രാധാകൃഷ്ണന്റെ അഭിപ്രായം.[4] പക്ഷേ, പരമാനന്ദലബ്ധിക്ക്–നിർവ്വാണപ്രാപ്തിക്ക്–ദൈവഭക്തി നിർബ്ബന്ധമാണെന്ന വാദത്തോട് ബുദ്ധൻ യോജിപ്പ് പ്രകടിപ്പിച്ചിട്ടില്ല. ആദ്യകാലഗ്രന്ഥങ്ങളിൽ ഈശ്വരനെ ഒരു ശക്തിയായി ശിവയോഗി ചിത്രീകരിക്കുന്നുണ്ടെങ്കിലും ദൈവവിശ്വാസം വ്യാഖ്യേയമായ ഒന്നാണെന്ന് റസ്സലും ബുദ്ധനും ശിവയോഗിയും കരുതുന്നില്ലെന്ന് അനുമാനിക്കാം. മറ്റൊരർത്ഥത്തിൽ പറഞ്ഞാൽ റസ്സലിന്റെ കാര്യത്തിലെന്നപോലെ ശിവയോഗിയും ബുദ്ധനും പ്രായോഗിക നിരീശ്വരവാദികളാണെന്നു പറയാം. തത്ത്വശാസ്ത്രത്തിന്റെ ഭാഷയിൽ ഇവരെ 'സംശയാലുക്കൾ' (Agnostics) എന്നു വിളിക്കാം.

മനുഷ്യന്റെ വളർച്ചയ്ക്കും വികാസത്തിനും ദുഃഖനിവാരണത്തിനും എല്ലാമുള്ള കഴിവ് അവനിൽത്തന്നെ അടങ്ങിയിരിക്കുന്നുവെന്നു ശിവയോഗി കരുതി. മനുഷ്യൻ ആനന്ദിക്കുന്നത് ദൈവത്തിന്റെ അനുഗ്രഹം കൊണ്ടും ദുഃഖിക്കുന്നത് പിശാചിന്റെ ഉപദ്രവം കൊണ്ടുമല്ല. മനസ്സിനെ മാത്രമേ നമുക്കു വശപ്പെടുത്തേണ്ടതുള്ളൂ. ലക്ഷം ദേവന്മാരെയും പിശാചുക്കളെയും അറിയേണ്ട ആവശ്യമില്ല എന്നു ശിവയോഗി വാദിച്ചു.[5] റസ്സലിന്റെ നിഗമനത്തിൽ മനുഷ്യന്റെ ഭാഗ്യവിധാതാവ് അവൻതന്നെയാണ്. അവൻ വല്ല വിഷമവും അനുഭവിക്കുന്നുണ്ടെങ്കിൽ അത് അവന്റെതന്നെ കൊള്ളരുതായ്മകൊണ്ടാണ്. നന്മയുടെ കാരണക്കാരൻ ദൈവമല്ല. അതുപോലെ തിന്മയുടെ കാരണക്കാരൻ ചെകുത്താനുമല്ല. ആ ചെകുത്താൻ നമ്മുടെ ചുറ്റുപാടുകളാണ്.[6]

ബുദ്ധന്റെ വാക്കുകളിൽ, ഓരോ മനുഷ്യനും അവന്റെ തന്നെ രക്ഷകനാണ്. വേറെ രക്ഷകനില്ല. വിനയവും ആത്മനിയന്ത്രണവും പാലി

ക്കുന്നവൻ തനിക്കുതന്നെ വലിയ രക്ഷകനാകുന്നു.[7] അതുകൊണ്ട് വണി ീശ്വരൻ അശ്വത്തെപോലെ ഓരോരുത്തനും സ്വയം നിയന്ത്രിക്കട്ടെ.[8] മരണശയ്യയിൽവെച്ചു ബുദ്ധൻ തന്റെ ശിഷ്യനായ ആനന്ദനോടു പറഞ്ഞു.

> ആനന്ദാ, നീ തന്നെ നിന്റെ അഭയസ്ഥാനം. ദീപമായും അഭയസ്ഥാനമായും പരിഗണിച്ചുകൊണ്ട് സത്യത്തെ മുറുകെ പിടിക്കുക. ഇപ്രകാരം ചെയ്യുന്നവൻ ഉന്നതശൃംഗത്തിൽ എത്തിച്ചേരും.[9]

അദൃശ്യസത്തയുടെ അന്വേഷണം നിരർത്ഥകമായൊരു ജിജ്ഞാസയാണ്. ഐഹികജീവിതത്തിലെ ദുഃഖവിമുക്തിക്ക് ഈശ്വരനെതേടി പോകേണ്ടതില്ല. പ്രത്യക്ഷജീവിതത്തിൽ സുഖവും ശാന്തിയും ദുഃഖനിവൃത്തിയുമാണാവശ്യം. ശ്രീബുദ്ധനും റസ്സലും ശിവയോഗിയും മറ്റു മനുഷ്യസ്നേഹികളെപ്പോലെ അതിന്നുള്ള മാർഗ്ഗമാരായുകയാണ് ചെയ്തത്.

ഇദ്ദേഹത്തിന് കേരളത്തിൽ പലയിടങ്ങളിലും അനുയായികളുണ്ടായെങ്കിലും വിഗ്രഹാരാധനാഖണ്ഡനത്തിന്റെ ആദർശശുദ്ധിയും ആത്മാർത്ഥതയും ഉൾക്കൊള്ളാൻ സവർണ്ണരും അവർണ്ണരും പൂർണ്ണമായും തയ്യാറായില്ല. വർണ്ണാശ്രമധർമ്മത്തെയും ബ്രാഹ്മണമേധാവിത്തത്തെയും തള്ളിപ്പറയുക വഴി സവർണ്ണ വിഭാഗത്തിന്റെ വെറുപ്പ് സമ്പാദിക്കേണ്ടിവന്നു. അതോടൊപ്പം ഈശ്വരപൂജയെയും മതത്തെയും നിഷേധിക്കുകവഴി യാഥാസ്ഥിതികവർഗ്ഗത്തിന്റെ പിടിയിലമർന്ന സാധാരണക്കാരായ അവർണ്ണരും തൃപ്തരായില്ല. മതത്തിന്റെ പേരിൽ കാട്ടുന്ന കോപ്രായങ്ങൾ സാധാരണക്കാരനെ ചൂഷണം ചെയ്യാനുള്ള വരേണ്യവർഗ്ഗത്തിന്റെ മാർഗ്ഗമാണെന്ന് ഈശ്വരപൂജയുടെ നിരർത്ഥകതയെ ചൂണ്ടിക്കാണിച്ചുകൊണ്ട് സാധാരണക്കാരെ ബോധവാന്മാരാക്കുന്നതിൽ ശിവയോഗിയുടെ ശ്രമം ഇത്തരം ചില സംഘർഷങ്ങളിൽ ചിതറിപ്പോയി. അക്കാലത്ത് ബ്രാഹ്മണമേല്ക്കോയ്മക്കെതിരെ, അഥവാ അതിനു സമാന്തരമായി ക്ഷേത്രങ്ങൾ സ്ഥാപിക്കുന്നതിലും വിഗ്രഹങ്ങൾ പ്രതിഷ്ഠിക്കുന്നതിലും ബദ്ധശ്രദ്ധമായിരുന്നു ചില നവോത്ഥാന പ്രസ്ഥാനങ്ങൾ. പക്ഷേ, ബ്രാഹ്മണരുടെ പൗരോഹിത്യത്തെയും മേധാവിത്തത്തെയും വിമർശിക്കുമ്പോൾ, അവർണ്ണർക്ക് അമ്പലങ്ങൾ സ്ഥാപിച്ച് അവരും പൗരോഹിത്യത്തിനും അതു സംബന്ധിച്ച കർമ്മങ്ങൾക്കും അധികാരികളും അവകാശികളുമാണെന്ന നിലയിലുള്ളൊരു സംസ്കൃതീവല്ക്കരണത്തിന് ശിവയോഗി തയ്യാറായില്ല. പ്രത്യുത പൂജാദികർമ്മങ്ങൾ നിരർത്ഥകങ്ങളാണെന്നാണ് അദ്ദേഹം വാദിച്ചത്. ബ്രാഹ്മണർ, അധഃകൃതരായി പരിഗണിക്കുന്ന മറ്റ് ജാതിയിൽപ്പെട്ടവർ, ബ്രാഹ്മണരെപ്പോലെ കാട്ടിക്കൂട്ടുന്നതാണ് 'ഊർദ്ധ്വ' ഗതിക്കുള്ള ഉപായമെന്നു കരുതി, പുത്തൻ ക്ഷേത്രങ്ങൾ പടുത്തുയർത്തി പൂണൂലിട്ട് ബിംബാരാധനാദി കർമ്മങ്ങൾ ചെയ്യുന്നതിൽ ശിവയോഗിക്കു മതിപ്പില്ല.

ജാതിമതഭേദ വിഗ്രഹാരാധനകളെ ത്യജിക്കുകവഴി ഹിന്ദുമത പരി

> ഷ്കാരികൾ എന്നു പേരുകേട്ട ബ്രഹ്മസമാജക്കാരും ആര്യസമാജക്കാരും കേരളത്തിൽ വന്നു ഗായത്രി മന്ത്രാദികളെ ഉപദേശിച്ചു. അവർ പൂണൂൽ ധരിപ്പിച്ച് അധഃകൃതവർഗ്ഗക്കാരെ ബ്രാഹ്മണനോടു കിടപിടിക്കുവാൻ കഠിനപ്രയത്നം ചെയ്യുന്നു.[10]

ബ്രാഹ്മണരെ വിമർശിക്കുന്നവർ ബ്രാഹ്മണാചാരങ്ങൾക്കനുസരിച്ച് പ്രവർത്തിക്കുകയല്ല, പ്രത്യുത അവരുടെ ആചാരങ്ങളെ നിഷേധിക്കുകയാണ് വേണ്ടതെന്ന് അദ്ദേഹം കരുതുന്നു. ഒരുജാതി, ഒരുമതം, ഒരു ദൈവം മനുഷ്യന് എന്ന സിദ്ധാന്തം പ്രാവർത്തികമാക്കേണ്ടത് എല്ലാവരേയും ബ്രാഹ്മണതുല്യരാക്കിക്കൊണ്ടല്ല.

കേരളത്തിലെ തത്ത്വചിന്തകരുടെയോ ചിന്തകളുടെയോ ചരിത്രമെഴുതിയവരോ, സാമൂഹിക ചരിത്രമെഴുതിയവരോ ബ്രഹ്മാനന്ദസ്വാമി ശിവയോഗിയോട് നീതി പുലർത്തിയിട്ടില്ല. ഉത്തരേന്ത്യയിൽ സവർണ്ണ വിഭാഗമാണ് അനാചാരങ്ങൾക്കെതിരെ ശബ്ദമുയർത്തിയതെന്നു രാജാറാം മോഹൻറായിയെ ഉദാഹരിച്ചുകൊണ്ടും ദക്ഷിണേന്ത്യയിൽ പ്രത്യേകിച്ച് കേരളത്തിൽ അത്തരമൊരു നീക്കമുണ്ടായത് അവർണ്ണരിൽ നിന്നാണെന്ന് ശ്രീനാരായണഗുരുവിനെ ഉദാഹരിച്ചുകൊണ്ടും ചിലർ വിലയിരുത്തിയിട്ടുണ്ട്. പക്ഷേ, ഈ പ്രസ്താവന പൂർണ്ണമായും ശരിയല്ലെന്നു നാരായണഗുരുവിനു മുമ്പുതന്നെ നവോത്ഥാനത്തിന് നാന്ദികുറിച്ച ശിവയോഗിയുടെ ജാതിമത ചിന്തകൾക്കെതിരെയുള്ള ജീവിതദർശനം സാക്ഷ്യം വഹിക്കുന്നു.

മനുഷ്യസമൂഹത്തിന്റെ സമുദ്ധാരണമായിരുന്നു ഇദ്ദേഹത്തിന്റെ ലക്ഷ്യം. ഒരു പ്രത്യേക സമുദായത്തിന്റെ മാത്രം സമുദ്ധാരണം ഒരിക്കലും അദ്ദേഹത്തിന്റെ പന്ഥാവായിരുന്നില്ല. തന്റെ ചുറ്റുപാടും കാണുന്ന ദുഃസ്ഥിതിക്കെതിരെയുള്ള ധാർമ്മികരോഷമാണദ്ദേഹത്തെ മനുഷ്യന്റെ അസ്വാതന്ത്ര്യത്തെക്കുറിച്ച് ബോധവാനാക്കിയത്. യുക്തിയാണ് പരമപ്രധാനമെന്നു പ്രഖ്യാപിച്ച ദേവേന്ദ്രനാഥ ടാഗോറിനെപ്പോലെ യുക്തിക്ക് പ്രാമുഖ്യം നല്കുന്ന സമീപനം അവലംബിച്ച ശിവയോഗിയുടെ സിദ്ധാന്തങ്ങളിൽ സമുദായങ്ങളുടെ അതിർവരമ്പുകളുണ്ടായിരുന്നില്ല. റസ്സൽ മതത്തിനുനേരെ പോരാടിയത് പ്രധാനമായും ക്രിസ്തുമത വിശ്വാസ പ്രമാണങ്ങളെ ഉദാഹരിച്ചുകൊണ്ടാണ്. അതുപോലെ ഹിന്ദുമതത്തിന്റെ കപട പ്രമാണങ്ങൾക്കെതിരെയാണ് ശിവയോഗിയുടെ സമരം. കപട പ്രമാണങ്ങളെ വിമർശിക്കുകവഴി ഹിന്ദുമതനവീകരണത്തിലാണ് ശിവയോഗി തുടങ്ങിയതെങ്കിലും പില്ക്കാലത്ത് മതത്തിനും ജാതിക്കുമതീതമായി, മനുഷ്യസ്നേഹത്തിലും സ്വാതന്ത്ര്യത്തിലുമധിഷ്ഠിതമായൊരു ദർശനമായി അദ്ദേഹത്തിന്റെ ചിന്തകൾ വികാസം പ്രാപിച്ചു. മതമേതായാലും മനുഷ്യൻ നന്നായാൽ മതിയെന്നു നാരായണഗുരു പറഞ്ഞു. മനുഷ്യൻ നന്നാവാൻ മനസ്സു നന്നാവണമെന്ന് ശിവയോഗി കണ്ടെത്തി.

വ്യക്തിയും സമൂഹവും തമ്മിലുള്ള സംഘർഷം എക്കാലത്തും സാമൂഹിക തത്ത്വചിന്തയുടെ പ്രശ്നമാണ്. വ്യക്തിയെയും സമൂഹത്തെയും ബന്ധിക്കുന്നൊരു സേതു നിർമ്മിക്കുകയാണ് സാമൂഹിക ദാർശനിക

രുടെ ലക്ഷ്യം. വ്യക്തികളെ പരസ്പരം ഭിന്നിപ്പിക്കുന്ന പ്രവണത ചില ആചാര്യന്മാരും ആചാരങ്ങളും സൃഷ്ടിക്കുന്നതായി ശിവയോഗി കാണുന്നു.[11]

വ്യക്തികളുടെ മനസ്സിനെ സംശുദ്ധമാക്കുകവഴി സമൂഹമനസ്സ് സമുദ്ധരിക്കപ്പെടും. ഇതാണ് ശിവയോഗിയുടെ നിഗമനം. ഈ നിഗമനം ഏതു കാലഘട്ടത്തിലും അനുയോജ്യമാണ്.

ഒരു ഉദാഹരണം ഇവിടെ ആവശ്യമാണ്. എളവൂർ പുത്തൻകാവു ക്ഷേത്രത്തിൽ ഉത്സവത്തോടനുബന്ധിച്ചു നടക്കുന്ന തൂക്കമെന്ന അനുഷ്ഠാനം ഈ അടുത്തകാലത്ത് പത്രപംക്തികളിൽ സ്ഥാനം പിടിച്ചതാണ്. മനുഷ്യശരീരത്തിൽ ഉരുക്കു കൊളുത്ത് കോർത്ത തൂക്കമില്ലിൽ മുപ്പത് അടി ഉയരത്തിൽ അമ്പലത്തിനു മൂന്നു പ്രദക്ഷിണം വെക്കുന്നു. രക്തം വാർന്നൊഴുകി ഒരു മനുഷ്യൻ തൂങ്ങിപ്പിടയുന്ന ദൃശ്യം ആയിരങ്ങൾ നോക്കി നില്ക്കുന്നു. കുറേക്കാലമായി നടന്നുവരുന്ന ഈ ആചാരത്തിനെതിരെ അടുത്ത കാലത്ത് (1987) ഹൈന്ദവസന്ന്യാസിമാരുടെ നേതൃത്വത്തിൽ കുറേ ഉല്പതിഷ്ണുക്കൾ രംഗത്തിറങ്ങി. ഹിന്ദു നവോത്ഥാൻ പ്രതിഷ്ഠാൻ എന്ന സന്ന്യാസി സംഘടനയുടെ നേതൃത്വത്തിൽ തൂക്കം നിരോധിക്കാൻ സർക്കാരിനോടും ക്ഷേത്രസമിതിയോടും ആവശ്യപ്പെട്ട്, നിരവധി സന്ന്യാസിമാരടങ്ങുന്ന വലിയൊരു ജാഥ ക്ഷേത്രത്തിലേക്കു നീങ്ങി. പക്ഷേ, ജാഥയെ പൊലീസ് തടഞ്ഞു. തൂക്കം നടന്നു. ഒരർത്ഥത്തിൽ ഇത് വ്യക്തി സ്വാതന്ത്ര്യവും സാമൂഹ്യ നീതിയും തമ്മിലൊരു സംഘട്ടനമാണ്. പക്ഷേ, ഇത്തരം സന്ദർഭത്തിൽ ആവശ്യം മാനസിക സമീപനമാണ്. മനുഷ്യപുരോഗതിക്ക് വിലങ്ങുതടിയായി നില്ക്കുന്ന ആചാരങ്ങളുടെ പൊള്ളത്തരവും ക്രൂരതയും ജനങ്ങളറിയാനും അതിനെതിരെ നീങ്ങാനുമുള്ള ബോധവല്ക്കരണം നടക്കണം. കേവലം ചെറുത്തുനില്പുസമരത്തിലൂടെ ഇവ നിഷ്കാസനം ചെയ്യപ്പെടുമെന്നു തോന്നുന്നില്ല. സതിയെന്ന ദുരാചാരം തടയാൻ ഭാരതത്തിൽ നിയമം നിലവിലുണ്ടായിട്ടും ഈ അടുത്ത കാലത്തുപോലും സതി നടന്നില്ലേ? ഇവിടെയാണ് ശിവയോഗിയുടെ മാനസിക സംസ്കരണ സിദ്ധാന്തത്തിന്റെ അന്തസ്സത്ത നാം മനസ്സിലാക്കേണ്ടത്.

മനുഷ്യമനസ്സിന്റെ നിയന്ത്രണം എന്ന സിദ്ധാന്തത്തിലൂടെ വ്യക്തിമനസ്സിന് ശിവയോഗി രണ്ടു മാനങ്ങൾ നല്കുന്നു. (1) സാമൂഹികതലം (പ്രാപഞ്ചികം) (2) വൈയക്തികതലം (ആത്മീയം). തിന്മയിലേക്കു നീങ്ങാൻ വെമ്പുന്ന മനസ്സിനെ കടിഞ്ഞാണിടാൻ ശ്രമിക്കുകവഴി അനാചാരങ്ങളിൽനിന്നും അന്ധവിശ്വാസങ്ങളിൽനിന്നും മനസ്സിനു മോചനം ലഭിക്കുന്നു. സമൂഹത്തിന്നുപകാരപ്രദമാകുന്ന തരത്തിൽ തന്റെ വ്യക്തിത്വം വിനിയോഗിക്കാൻ വ്യക്തി തയ്യാറാവുക. അതു സാധിക്കണമെങ്കിൽ വലിയൊരളവോളം വ്യക്തിസ്വാതന്ത്ര്യം ആവശ്യമാണ്. ഭൂരിപക്ഷം അംഗീകരിക്കുന്നതുകൊണ്ടുമാത്രം ആചാരങ്ങളും വിശ്വാസങ്ങളും ശരിയാകണമെന്നില്ല. അവ അനാചാരങ്ങളാണെങ്കിൽ അവ അന്ധവിശ്വാസങ്ങളാണെങ്കിൽ അവയെ ചെറുക്കണം. അവ സ്വയം ത്യജിക്കുകയും ത്യജിക്കുവാൻ മറ്റുള്ളവരെ പ്രേരിപ്പിക്കുകയും ചെയ്യുക ഭൂരിപ

ക്ഷാഭിപ്രായത്തെ യുക്തിക്കു വിധേയമാക്കാതെ കണ്ണടച്ചു സ്വീകരിച്ചാൽ സാരപക്ഷത്തിൽനിന്നു ജനങ്ങൾ വഴിതെറ്റിപ്പോകുമെന്ന് ശിവയോഗി പറഞ്ഞു. യുക്തിക്കു നിരക്കുമെങ്കിൽ കുട്ടി ചൊന്നാലും സ്വീകരിക്കുവാനും അല്ലെങ്കിൽ മഹാനായാലും തിരസ്കരിക്കാനും അദ്ദേഹം ഉപദേശിച്ചു. വ്യക്തിമനസ്സിന്റെ പരമോന്നതമായ അവസ്ഥയാണ് മോക്ഷം. ഇതാണ് മനോനിയന്ത്രണത്തിന്റെ ആത്മീയവശം. ശിവയോഗിയുടെ സാക്ഷാൽക്കാരം മരണാനന്തരമല്ല, ആ ലോകജീവിതത്തിലാണ്. അത് വ്യക്തി സ്വയം സാധിച്ചെടുക്കണം. ആ മാനസികാവസ്ഥ, സ്വന്തം മനസ്സിന്റെ അചലമായ അവസ്ഥ സമൂഹത്തിനെതിരല്ല.

തന്റെ ചുറ്റുപാടുമുള്ള സമൂഹത്തെ പരിവർത്തനവിധേയമാക്കാനുള്ള ശ്രമം ശിവയോഗിയുടെ ദർശനത്തിലുണ്ട്. മനുഷ്യചേതനയിൽ അടിസ്ഥാനമായ മാറ്റത്തിനുള്ള ചിന്ത. ആ ചിന്തയിൽ അധിഷ്ഠിതമായ സാമൂഹിക പുനർനിർമ്മാണപ്രവർത്തനം. ഇതാണ് ബ്രഹ്മാനന്ദസ്വാമി ശിവയോഗിയുടെ സാമൂഹിക തത്ത്വചിന്തയുടെ സത്ത.

കുറിപ്പുകൾ

1. മാർക്സ്, എംഗൽസ്, *മതത്തെപ്പറ്റി* (മോസ്കോ, 1983) പു 47
2. ആദികാരണം, പ്രകൃതി നിയമം, സംവിധാനം ദൈവികസദാചാരം അനീതികൾക്ക് പരിഹാരം എന്നീ നിലകളിൽ അവകാശപ്പെടുന്ന ദൈവാസ്തിത്വവാദങ്ങൾ റസ്സൽ ഖണ്ഡിക്കുന്നു. ഇവയിൽ ആദികാരണം, അനീതികൾക്ക് പരിഹാരം എന്നീ നിലകളിലൊഴികെ ശിവയോഗിയുടെ വാദങ്ങൾ റസ്സലിന്റേതുപോലെ സൈദ്ധാന്തികമല്ല. യാദൃച്ഛികമാണെങ്കിലും റസ്സൽ *ഞാൻ എന്തുകൊണ്ട് ക്രിസ്ത്യാനിയല്ല.* എഴുതിയതും ശിവയോഗിയുടെ *ആനന്ദാദർശം* പ്രസിദ്ധീകരിക്കപ്പെട്ടതും 1927 ലാണ്.
3. Dr. S Radhakrishnan *Indian Philosophy*, (London, 1962) P 80.
4. അതിൽത്തന്നെ ഈശ്വരാന്വേഷികളെ ബുദ്ധൻ പലപ്പോഴും കളിയാക്കിയിട്ടുണ്ട്. പക്ഷേ, അത്തരം പരിഹാസങ്ങൾ ദൈവനിഷേധത്തിന് തെളിവായെടുക്കുന്നത് ശരിയല്ലെന്ന് ഡോ. രാധാകൃഷ്ണൻ കരുതുന്നു.
5. *ആനന്ദാദർശം* പു. 223.
6. Bertrand Russell, *Why I am not a Christian* (London, 1957 Sceptical Essays (London, 1935) കാണുക
7. *ധർമ്മപദം.* 16.
8. *ധർമ്മപദം.* 380.
9. കാണുക. W. Thedorede Barg, *Sources of Indian Tradition* (London 1964) P-110
10. *ആനന്ദാദർശം* പു. 256.
11. അതിൽത്തന്നെ
12. അതിൽത്തന്നെ. പു. 208 218

അനുബന്ധം

സ്മരണാഞ്ജലി

'മുപ്പത് കൊല്ലംമുമ്പ് തന്നെ ഉന്നമനത്തിനുള്ള ഉചിതമാർഗ്ഗങ്ങളെ മാർഗ്ഗണം ചെയ്തുകൊണ്ട് പ്രശാന്തരീതിയിൽ ഒരു മഹാൻ കേരളത്തിന്റെ ഒരു വശത്തുനിന്ന് പ്രവൃത്തികളാരംഭിച്ചു. ജാതിഭേദം, ബഹുദൈവവിശ്വാസം, വിഗ്രഹാരാധന തുടങ്ങിയവ മനുഷ്യരുടെ പുരോഗമനത്തിന് പ്രതിബന്ധങ്ങളായ കണ്ടകങ്ങളാണെന്നും അവയെ നിശ്ശേഷം മാറ്റി. ഒരു ജാതി, ഒരു മതം, ഒരു ദൈവം' എന്ന തത്ത്വഖണ്ഡങ്ങൾ ഇട്ടുറപ്പിച്ചാൽ മാത്രമേ ഐക്യതാപൂർവ്വം പൂർണ്ണതയിലേക്കുള്ള ഗമനം വിജയപ്രദമാകുകയുള്ളൂവെന്നും ബ്രഹ്മാനന്ദസ്വാമി ശിവയോഗി കാര്യകാരണപുരസ്സരം അറിഞ്ഞു. പ്രതിയോഗി ഭയം അശേഷമില്ലാതെ അദ്ദേഹം അനാചാരങ്ങളോട് എതിർത്തു. ഭയങ്കരമായ അധർമ്മക്കോട്ടയുടെ നേരെ അദ്ദേഹം തന്റെ തൂലികായുധങ്ങളെ ശക്തിയോടും യുക്തിയോടും കൂടി പ്രയോഗിച്ചു. കേരളത്തിൽ ഏതു പാമരനും അനാചാരങ്ങളോട് പോരാടാൻ തക്ക വൈദുഷിയും ശേഷിയും നല്കാൻ ഉതകുന്ന *മോക്ഷപ്രദീപം ആനന്ദസൂത്രം* തുടങ്ങിയ ഉത്തമഗ്രന്ഥങ്ങൾ പണിചെയ്തു. ഉറങ്ങിക്കിടന്ന കേരളീയരെ തട്ടിയുണർത്തി ഗ്രന്ഥപ്പെട്ടികളിൽ തുരുമ്പുപിടിച്ചു കിടന്നിരുന്ന ഉപനിഷത്തുക്കൾ *ഭഗവദ്ഗീത* തുടങ്ങിയ ഗ്രന്ഥങ്ങളുടെ കെട്ടഴിക്കുവാനും പരിശോധിക്കാനും പ്രതിയോഗിയെ പ്രേരിപ്പിച്ചു. അങ്ങനെ അനുകൂലരെയും പ്രതികൂലരെയും ഒരുതരത്തിൽ അല്ലെങ്കിൽ മറ്റൊരു തരത്തിൽ ഉന്മേഷഭരിതരാക്കിത്തീർത്തു. ആ മഹോദ്യമനായ മഹാപുരുഷനാകുന്നു ബ്രഹ്മാനന്ദസ്വാമി ശിവയോഗികൾ.

മാനസികമായോ ശാരീരികമായോ യാതൊരു രോഗത്തിലുംപെട്ട് ബുദ്ധിമുട്ടാതെ അന്ത്യസമാധിയണഞ്ഞ ലോകോത്തരഗുണോത്തരനും ധന്യനുമായ ഒരു സന്ന്യാസിവര്യന്റെ പാവനചരിതത്താൽ കേരളചരി

ത്രത്തെ പുളകോദ്ഗമകാരിയാക്കത്തക്കവണ്ണം അടുത്ത കാലത്തൊന്നും ആരും ഉണ്ടായിട്ടില്ല എന്നു പറയുന്നതിൽ മടിക്കുന്നില്ലതന്നെ. അതു കൊണ്ട് നാം തൃപ്തിപ്പെടുക.

(വാഗ്ഭടാനന്ദന്റെ *ആത്മവിദ്യാകാഹളം* 1105 കന്നി 9 മുഖപ്രസംഗത്തിൽനിന്ന്)

ശുദ്ധമായ വാക്കിന്റെ സത്യമായ പ്രകാശം

സൂര്യപ്രകാശംപോലെയും ശുദ്ധവായുപോലെയും സുലഭമായി കിട്ടുന്ന വിലപ്പെട്ട നിധികളുണ്ട്. എന്നാൽ അതാരും ശ്രദ്ധിക്കാറില്ല. അതു പോലെയാണ് കേരളത്തിൽ ജനിച്ച് ലളിതമായ മലയാളത്തിൽ ശുദ്ധ മായ മോക്ഷമാർഗ്ഗം കാണിച്ചുതന്ന ബ്രഹ്മാനന്ദസ്വാമി ഉപദേശിക്കുന്ന അമൃതവാണികളുടെയും സ്ഥിതി.

കന്യാകുമാരി മുതൽ കാസർഗോഡുവരെ കാക്കത്തൊള്ളായിരം അമ്പലങ്ങൾ നിരന്നുനില്ക്കുന്നു. അവിടെയൊക്കെ മണിയടിയും പൂജയും നൈവേദ്യവും എന്നല്ല പൂരപ്പാട്ടും കോഴിയറപ്പും ഒക്കെ നടക്കുന്ന പൂജാ വിധികൾകൊണ്ട് നിറഞ്ഞുനിന്നപ്പോൾ യുക്തിയുടെ പ്രകാശവും കൈയിലേന്തിക്കൊണ്ട് വസ്തുരൂപത്തെയും അറിവിന്റെ നിജസ്ഥിതി യെയും അന്വേഷിക്കലായിരുന്നു ശ്രീ. ബ്രഹ്മാനന്ദ സ്വാമി ശിവയോഗി ചെയ്തത്. പറയുന്ന വാക്കിലെ യുക്തിക്ക് ശക്തിയില്ലാതെ വരുമ്പോഴേ ബുദ്ധിഹീനന്മാർ പാണിയും പാദവുമൊക്കെ എതിർപ്പിനായി ഉപയോഗി ക്കുകയുള്ളൂ. അങ്ങനെയുള്ള കശ്മലന്മാർ ധാരാളമുണ്ടായിരുന്നിട്ടും ശുദ്ധ മായ വാക്കിന്റെ സത്യമായ പ്രകാശംകൊണ്ട് ഏതു തെറ്റിനേയും തിരു ത്താൻ കഴിയും എന്ന ദൃഢനിശ്ചയത്തോടെ, സ്വാമികൾ തനിക്കു പറ യാനുള്ളത് ശിവയോഗരഹസ്യമായി എഴുതിവെച്ചു. അതുകണ്ട് ചിലർക്കെല്ലാം ഹാലിളകിയപ്പോൾ പറയേണ്ടത് പരത്തിയും നിരത്തിയും ലളിതമായ ഭാഷയിൽ വ്യക്തമായി പറഞ്ഞ് അടിമുതൽ മുടിവരെ ആർക്കും മനസ്സിലാക്കിക്കൊടുക്കണം എന്ന ദയാവായ്പോടെ ശ്രീ. ബ്രഹ്മാനന്ദസ്വാമി ശിവയോഗി *മോക്ഷപ്രദീപം* എഴുതുകയുണ്ടായി. ആ ബൃഹത്തായ ഗ്രന്ഥത്തിന്റെ നവനീതമാണ് 'സിദ്ധാനുഭൂതി.'

*മോക്ഷപ്രദീപ*ത്തിൽ ശിവയോഗികൾ എഴുതിയിരിക്കുന്നതിലും ലളിതമായി ആർക്കും ഇനി പറഞ്ഞുകൊടുക്കാനാവില്ല. തിരക്കില്ലാത്ത എവിടെയെങ്കിലും സമാധാനമായിരുന്ന് ആ സദ്ഗ്രന്ഥത്തിലെ 350 പേജുകൾ ശ്രദ്ധയോടെ ഒന്നു വായിച്ചു പഠിക്കുവാൻ ജനങ്ങൾക്ക് താല്പര്യം ഉണ്ടാവട്ടെ എന്നു ഞാൻ പ്രാർത്ഥിക്കുന്നു.

ഒരു ജാതിക്കാരനും മതക്കാരനും സർക്കാരും ചൂഷക ശക്തിയും പൂഴ്ത്തിവയ്പുകാരനും ശ്രീ. ബ്രഹ്മാനന്ദസ്വാമി ശിവയോഗിയെ സ്വന്തമാക്കി പരസ്യപ്പലകയാക്കിയില്ലല്ലോ. അതിൽ സന്തോഷിപ്പിക്കണം. ആ സദ്ഗുരുവിനെ വാഴ്ത്തിയാൽപ്പോരാ അതു ദൈനംദിന ജീവിതത്തിന്റെ ഗതീയത ആക്കാനുള്ള മാർഗ്ഗം കണ്ടുപിടിച്ച് പ്രായോഗികമാക്കണം.

നിത്യചൈതന്യയതി

ഗ്രന്ഥസൂചി

മലയാളം

1. കപിലമഹർഷി, *സാംഖ്യദർശനം,* വിദ്യാർത്ഥിമിത്രം കോട്ടയം 1980
2. കട്ടയ്ക്കൽ ജെ ഡോ: അകിനാസ്-*ശങ്കര-രാമാനുജ-മധ്വ ദർശനങ്ങളും* നാഷണൽ ബുക്സ്റ്റാൾ കോട്ടയം 1984.
3. കേരള ഹിസ്റ്ററി അസോസിയേഷൻ: കേരള ചരിത്രം, വാല്യം 2 തിരുവനന്തപുരം.
4. ജോസ് എൻ കെ: *പുലയർ ലഹള,* കോട്ടയം 1982.
5. നമ്പ്യാ പറമ്പിൽ ആൽബർട്ട് ഡോ. (സമ്പാ.): *മിസ്റ്റിസിസം ദാർശനിക ദൃഷ്ടിയിൽ* കേരള ദാർശനിക സമിതി, കോട്ടയം 1980
6. ” *ഈശ്വരദർശനം*, കോട്ടയം 1969
7. ” & വെള്ളിയാംതടം തോമസ് (സമ്പാ:) *ദർശനം എന്ത്?* കോട്ടയം 1969
8. നായർ എ കെ *ബ്രഹ്മാനന്ദസ്വാമി ശിവയോഗി,* കണ്ണൂർ 1971.
9. നായർ എ കെ, *ആദർശോപഹാരം,* കണ്ണൂർ 1968
10. പതഞ്ജലി മഹർഷി, *യോഗദർശനം* വിദ്യാർത്ഥിമിത്രം, കോട്ടയം 1980
11. ബ്രഹ്മാനന്ദസ്വാമി ശിവയോഗി – *ആനന്ദാദർശം,* ബ്രഹ്മാനന്ദസ്വാമി ശിവയോഗി സിദ്ധാശ്രമം ആലത്തൂർ 1960.
12. ബ്രഹ്മാനന്ദസ്വാമി ശിവയോഗി – *ആനന്ദവിമാനം,* ആലത്തൂർ 1968
13. ” *ആനന്ദാദർശാംശം* ആലത്തൂർ 1961
14. ’’ *സിദ്ധാനുഭൂതി* ആലത്തൂർ 1977
15. ” *ആനന്ദസോപാനം* ആലത്തൂർ 1913
16. ’’ *സ്ത്രീവിദ്യാ പോഷിണി* ആലത്തൂർ 1899

17. " *ശിവയോഗ പരസ്യം* ആലത്തൂർ 1893.
18. " *രാജയോഗ പരസ്യം* ആലത്തൂർ 1914
19. " *വിഗ്രഹാരാധനാ ഖണ്ഡനം,* ആലത്തൂർ 1916.
20. ഭാസ്കരൻപിള്ള കെ, *ചട്ടമ്പിസ്വാമികൾ* ശ്രീവിദ്യാധിരാജ സഭ തിരുവനന്തപുരം 1978
21. ഭീമൻനായർ കെ, *അസത്യത്തിൽനിന്നു സത്യത്തിലേക്ക്,* സിദ്ധാശ്രമം, ആലത്തൂർ 1980
22. മാർക്സ് എംഗൽസ്, *മതത്തെപ്പറ്റി,* പ്രോഗ്രസീവ് പബ്ലിക്കേഷൻസ്, മോസ്കോ 1983.
23. രംഗനാഥസ്വാമികൾ, *മാറുന്ന സമൂഹത്തിന് അനിവാര്യമായ ശാശ്വത മൂല്യങ്ങൾ,* ശ്രീരാമകൃഷ്ണാശ്രമം തൃശൂർ 1987.
24. വാഗ്ഭടാനന്ദൻ, *ആത്മവിദ്യ,* ആത്മവിദ്യാ പ്രസിദ്ധീകരണ സമിതി, കണ്ണൂർ 1980
25. " *ആദ്ധ്യാത്മ യുദ്ധം* കണ്ണൂർ, 1981.
26. സ്വാമിബ്രഹ്മവ്രതൻ *മഹർഷി വാഗ്ഭടാനന്ദ ഗുരുദേവൻ,* വാഗ്ഭടാനന്ദ സ്മാരക ഗവേഷണ ഇൻസ്റ്റിറ്റ്യൂട്ട് അമ്പലപ്പുഴ 1971.
27. *ശിവയോഗി സുവനീർ,* സിദ്ധാശ്രമം ആലത്തൂർ, 1954.
28. *ഗുരുദേവ വിലാസം* രജതജൂബിലി സുവനീർ, പാട്യം 1961.
29. *സാരഗ്രാഹി മാസിക* പുഷ്പം 31 ദളം 6 സിദ്ധാശ്രമം ആലത്തൂർ, ഒക്ടോബർ 1985.
30. *മാതൃഭൂമി ആഴ്ചപ്പതിപ്പ്* പുസ്തകം 69 ലക്കം 6 കോഴിക്കോട്, 1991.

English

1. Brahmananda Swami Sivayogi - *MOKSHAPRADEEPAM*, Sidhashram, Alathur 950.
2. *ANANDAMATHA PARASYAM* Alathur - 1951
3. Ministry of Education Govt. of India - REPORT OF THE UNIVERSITY EDUCATION COMMISSION (48-49) Vol. I New Delhi - 1963.
4. Dr. S Gopalan - *HINDU PHILOSOPHY OF SOCIAL RECONSTRUCTION* Madras University - 1970.
5. Dr. S Rajamohan - *SOCIAL CONCERN IN INDIAN PHILOSOPHY,* Doctral Thesis (unpublished) Calicut University - 1983.
6. Russell, Bertrand *WHY I AM NOT A CHRISTIAN* Allen & Unwin, London 1957.
7. *SCEPTICAL ESSAYS* Allen & Unwin. London 1935.
8. Sahakian William S, & Sahakian Mabel Lewis - Ideas of Great Philosophers Barners & Noble Books London - 1966.

9. Samuel Beal (Trans) - *DHAMMAPADA* Indological Book House, Varanasi - 1971.
10. Thedorede Barg W. *SOURCES OF INDIAN TRADITION* London 1964.
11. 'Nair M S *CONTRICUTION OF BRAHMANANDA SWAMI SIVAYOGI AND VAGBHATANANDA to Social Reform Movement in Kerala.*'
(Paper presented in the Seminar on the social Reform movement in Kerala. Sponsored by ICSSR and the Centre for interdisciplinary Studies, Trivandrum 1988).